SÁCH NẤU ĂN ĐẬU CHICKPEA

100 Công thức nấu ăn ngon và bổ dưỡng để nâng cao khả năng nấu ăn của bạn với đậu xanh

Nghi Thanh

Bản quyền Vật liệu ©2023

Mọi thứ Quyền Kín đáo

KHÔNG một phần của điều này sách có thể cầu nguyện đã sử dụng hoặc truyền đi TRONG bất kì hình thức hoặc thị trấn bất kì có nghĩa không có các thích hợp bằng văn bản sự đồng ý của nhà xuất bản tinh thần bản quyền người sở hữu, ngoại trừ vì ngắn gọn trích dẫn đã sử dụng TRONG Một ôn tập. Cái này sách nên ghi chú cầu nguyện được xem xét Một thay thế vì thuộc về y học, hợp pháp, hoặc khác PR chuyên nghiệp khuyên bảo.

MỤC LỤC

MỤC LỤC..3
GIỚI THIỆU..7
BỮA SÁNG..9
1. Crepe Tacos đậu xanh với thịt bê và cà tím..............10
2. Pane di Ceci...13
3. M phòng ăn Chickpea Crêpe s.................................15
4. Bánh crepe bột đậu xanh...17
5. Sữa đậu xanh...19
6. lúa mì và thịt...21
ĐỒ ĂN NHẸ..23
7. Đậu xanh nướng Aquafaba......................................24
8. Hành nhồi Quinoa..26
9. Pakor a..28
10. Đậu xanh rán với couscous...................................30
11. Đậu xanh với mù tạt micros..................................32
12. Crostini Salad đậu xanh..34
13. P anise bruschetta với Basil Microgreen...............36
14. Salad đậu xanh chong chóng.................................39
15. Đậu xanh tẩm gia vị..41
16. Bánh mì đậu xanh Trung Đông..............................43
17. Felafel..45
18. Channa luộc...47
HUMMUS..49
19. Hummus đậu xanh với aquafaba...........................50
20. Hummus chay..52
21. Củ cải Hummus...54
22. Zucchini và đậu xanh Hummus............................56
23. Đậu xanh chanh và Tahini Hummus.....................58
24. Hummus đậu xanh tỏi..60
25. Tảo Spirulina Hummus..62
26. Hibiscus Hummus...64
27. Hummus chanh dây...66

28. Moringa và củ cải đường hummus...........68
29. hummus với quả bí ngô tinh thần trái thạch lựu......70
30. Hummus cà rốt nướng..........72
BÁNH SANDWICHE VÀ BURGERS............74
31. Bánh mì kẹp thịt đậu xanh vàng..........75
32. Bánh đậu xanh cà ri..........77
33. Bánh mì kẹp thịt chay Yam Ma-rốc..........79
34. Burger Quinoa và khoai lang..........82
35. Hương vị như bánh mì kẹp salad cá ngừ..........84
MÓN CHÍNH..........86
36. Ớt hạt hỗn hợp..........87
37. Bắp cải cuộn nhân Bulgur và đậu xanh..........89
38. Bát phật quinoa đậu xanh..........92
39. Bánh mì Couscous-Chickpea với cà chua phơi nắng....94
40. Cà tím với quinoa..........97
41. Penne với đậu xanh và rau bina..........99
42. Bánh đậu xanh..........101
43. Lasagna đậu xanh rau chân vịt..........104
44. Pastitsio..........107
45. Fajitas với Microgreen & Đậu xanh..........110
46. Tacos đậu xanh giòn..........112
47. Thịt cừu dhansak..........114
48. Bắt chước quả bóng chay Ikea..........117
49. Garbanzo Parsnip Gnocchi với lựu..........119
50. xanh thuần chay ' Cá ngừ '..........122
51. Thịt cừu và rau răm với đậu xanh..........124
52. Basmati & Cơm hoang dã với đậu xanh, nho và thảo mộc..........127
53. Cơm dại, bắp cải và đậu xanh..........130
54. Tagine đậu xanh Ma-rốc..........132
55. Cơm thập cẩm Nohutlu..........135
56. Enchiladas đậu xanh thuần chay..........137
57. Socca với hành tây caramel và hương thảo..........139
58. Basmati & Cơm hoang dã với đậu xanh, nho và thảo mộc..........142

Súp và cà ri..145
59. Súp đậu xanh Margarita Mexico................146
60. Cà ri đậu xanh, bí ngô và dừa.....................149
61. Cà ri đậu xanh rêu biển...............................151
62. Súp nấm đậu xanh......................................153
63. Thịt viên đậu xanh cà ri..............................155
64. Súp Tortellini..157
65. Súp rau bina và củ cải đường.....................159
66. Đậu xanh hầm Ma-rốc.................................161
67. Cà ri đậu xanh Ấn Độ..................................163
68. Đậu xanh hầm khoai lang............................165
69. Đậu xanh & Farro hầm................................167
70. Cà ri Chana hầm từ Trinidad.......................170
71. Súp súp lơ với lựu.......................................172
72. Súp cải xoong đậu xanh nước hoa hồng.....175
XA LÁT..178
73. Salad đậu xanh và đậu phụ đóng hộp.........179
74. Salad rau xanh và hạt..................................182
75. Salad couscous & đậu gà............................184
76. Salad súp lơ và đậu xanh............................186
77. Salad cá ngừ đậu xanh khói........................188
78. Salad đậu gà & rau củ tẩm gia vị................190
BÁ PHẬT...193
79. Bát đậu xanh...194
80. Bát ăn sáng đậu xanh trộn..........................196
81. Bát đậu xanh Za'atar...................................198
82. Bát điện Falafel súp lơ.................................201
83. Bát đậu xanh và Bulgur Herbed...................204
84. Bát bí đỏ và cải xoăn...................................206
85. Bát đậu xanh Masala...................................208
86. Bát đậu xanh có gia vị Ma-rốc.....................211
87. Bát Falafel củ cải đường.............................214
88. Bát gà Harissa..217
89. Bát điện Hy Lạp..220
MÓN TRÁNG MIỆNG.......................................222

90. Những lát sô cô la đậu xanh	223
91. Bánh quy sô cô la đậu xanh	225
92. Đậu xanh	227
93. Mousse sô cô la đậu xanh	229
94. Ly bơ đậu phộng đậu xanh	231
95. bánh hạnh nhân đậu xanh	233
96. Bánh hạnh nhân dừa đậu xanh	235
97. Thanh bánh bí ngô đậu xanh	237
ĐỒ UỐNG	239
98. Soda Kem Marshmallow Dâu Tây	240
99. Cà phê Dalgona đậu bướm	242
100. Cà phê đánh bông Aquafaba	244
PHẦN KẾT LUẬN	246

GIỚI THIỆU

Chào mừng bạn đến với thế giới tuyệt vời của đậu xanh—một loại siêu thực phẩm đa năng đã được ưa chuộng trong nhiều thế kỷ ở nhiều nền văn hóa và ẩm thực. Trong cuốn sách nấu ăn này, chúng tôi bắt tay vào một cuộc phiêu lưu ẩm thực nhằm tôn vinh tiềm năng đáng kinh ngạc của đậu xanh, mang đến cho bạn một kho tàng công thức nấu ăn sẽ cách mạng hóa cách bạn nấu và ăn.

Đậu xanh hay còn gọi là đậu garbanzo không chỉ giàu chất dinh dưỡng mà còn có khả năng thích nghi đáng kinh ngạc. Từ món hầm thịnh soạn đến món salad sống động, từ đồ ăn nhẹ giòn đến món tráng miệng hấp dẫn, đậu xanh có thể nâng tầm bất kỳ món ăn nào bằng hương vị, kết cấu và lợi ích dinh dưỡng độc đáo của chúng. Cho dù bạn là người ăn chay thuần chay, người ăn uống quan tâm đến sức khỏe hay chỉ đơn giản là muốn bổ sung thêm protein từ thực vật vào chế độ ăn uống của mình, cuốn sách nấu ăn này là hướng dẫn để bạn khai thác toàn bộ tiềm năng của đậu xanh.

Trong các trang này, bạn sẽ tìm thấy nhiều công thức nấu ăn thể hiện tính linh hoạt của đậu xanh. Chúng tôi sẽ đưa bạn vào cuộc hành trình khám phá ẩm thực toàn cầu, khám phá các món ăn từ Địa Trung Hải, Trung Đông, Ấn Độ và hơn thế nữa. Từ món hummus kem và món falafel thỏa mãn đến món cà ri đậu xanh thơm ngon và các món nướng làm từ đậu xanh sáng tạo, cuốn sách nấu ăn này có đủ thứ cho mọi sở thích và mọi dịp.

Vì vậy, hãy cùng chúng tôi đi sâu vào thế giới của đậu xanh. Chúng tôi sẽ cung cấp cho bạn các mẹo, kỹ thuật nấu ăn cần thiết và những cách sáng tạo để kết hợp đậu xanh vào công thức nấu ăn yêu thích của bạn. Hãy sẵn sàng để thưởng thức hương vị đậm đà, kết cấu vừa ý và khả năng ẩm thực vô tận mà đậu xanh mang lại. Hãy cùng nhau bắt đầu cuộc hành trình đầy hương vị này!

BỮA SÁNG

1. Crepe Tacos đậu xanh với thịt bê và cà tím

THÀNH PHẦN:
- 2 ¼ chén bột đậu xanh
- ¼ cốc sữa chua nguyên chất
- 2 ½ muỗng cà phê muối (chia)
- 3 ½ muỗng canh dầu ô liu
- ¼ kg thịt bê (đất)
- 1 ½ thìa cà phê thì là (đất)
- ¼ thìa cà phê ớt đỏ (nghiền)
- 1 pound cà tím và cắt chúng thành khối có kích thước 1 inch
- 3 tép tỏi (thái lát mỏng)
- ¼ cốc nho khô (vàng)
- ¼ cốc rượu vang đỏ
- Cà chua 15 ounce (thái hạt lựu)
- ¼ chén hạt thông (nướng)

HƯỚNG DẪN:

a) Trong một tô vừa, đánh bột đậu xanh cùng với sữa chua, 1 ¼ thìa cà phê muối và nước (2 cốc và 1 thìa canh) rồi đặt sang một bên.

b) Trên lửa vừa cao, trong chảo lớn, đun nóng 1 thìa dầu. Cho thịt bê, ớt đỏ, thì là và ¼ thìa cà phê muối vào chảo để nấu thịt bê.

c) Hãy nhớ bẻ và đảo thịt bê thường xuyên để thịt bê không bị vón cục lại với nhau. Khi thịt bê bắt đầu có màu nâu, (sau khoảng 4 phút), lấy thịt và gia vị ra khỏi chảo rồi cho vào tô vừa.

d) Đun nóng 2 thìa dầu trên chảo trước khi cho cà tím và lượng muối còn lại vào. Nấu cà tím trong 5 phút hoặc cho đến khi nó chuyển sang màu nâu từ mọi phía.

e) Bây giờ thêm tỏi và thỉnh thoảng khuấy cho đến khi nó chuyển sang màu nâu nhạt.

f) Thêm nho khô và rượu vào nấu hỗn hợp. Nhớ khuấy liên tục trong vòng một phút để hỗn hợp được đun nóng đều.

g) Thêm cà chua thái hạt lựu (với nước ép), hỗn hợp thịt cừu, hạt thông và $\frac{1}{4}$

h) cốc nước. Khuấy đều và giảm lửa ở mức lửa vừa để hỗn hợp

i) có thể đun sôi. Thỉnh thoảng khuấy. Trong khoảng 15 phút, khi hầu hết nước ép bay hơi, hãy tắt lửa.

j) Khuấy lượng dầu còn lại vào chảo chống dính 8 inch, lau bằng khăn giấy để chỉ để lại một lớp dầu bóng trên chảo và đun nóng ở mức trung bình cao.

k) Đánh đều hỗn hợp bột, đổ khoảng một phần ba cốc vào chảo.

l) Xoay để bột phủ hoàn toàn vào chảo, để làm bánh crepe, chiên cả hai mặt cho đến khi chín vàng. Lấy bánh crepe ra khỏi chảo và lặp lại quy trình với phần bột còn lại.

m) Múc nhân thịt cừu lên bánh kếp.

2. Pane di Ceci

THÀNH PHẦN:

- $1\frac{1}{2}$ chén bột đậu xanh
- $1\frac{3}{4}$ cốc nước
- 3 muỗng canh dầu ô liu nguyên chất
- 1 thìa cà phê muối
- Hương thảo tươi hoặc các loại thảo mộc khác (tùy chọn)

HƯỚNG DẪN:

a) Trong một tô trộn, trộn bột đậu xanh và nước. Đánh đều cho đến khi hỗn hợp mịn và không bị vón cục. Để bột nghỉ ít nhất 1 giờ hoặc qua đêm để bột ngậm nước.

b) Làm nóng lò ở nhiệt độ 220°C (425°F) và đặt một chảo gang lớn hoặc đĩa nướng vào lò để làm nóng.

c) Sau thời gian nghỉ, hớt hết bọt có thể hình thành trên mặt bột đậu xanh.

d) Thêm dầu ô liu và muối vào bột và đánh cho đến khi kết hợp tốt.

e) Lấy chảo hoặc đĩa nướng đã làm nóng ra khỏi lò và cẩn thận đổ bột vào đó, dàn đều.

f) Nếu muốn, rắc hương thảo tươi hoặc các loại thảo mộc khác lên trên mặt bột.

g) Đặt chảo hoặc đĩa nướng trở lại lò và nướng trong khoảng 20-25 phút hoặc cho đến khi các cạnh giòn và có màu vàng nâu.

h) Lấy Pane di Ceci ra khỏi lò và để nguội trong vài phút trước khi cắt thành miếng nêm hoặc hình vuông.

i) Phục vụ ấm hoặc ở nhiệt độ phòng như một món ăn phụ, món khai vị hoặc bữa ăn nhẹ.

j) Ăn kèm rau xanh, sữa chua và chanh.

3. Món phòng ăn Chickpea Crêpes

THÀNH PHẦN:
BÁNH CRẾP:
- 140g bột đậu xanh
- 30 g bột đậu phộng
- 5 g men dinh dưỡng
- 5 g bột cà ri
- 350ml nước
- Muối, hai chìa khóa

ĐỔ ĐẦY:
- 10ml dầu ô liu
- 4 mũ nấm Portobello, thái lát mỏng
- 1 củ hành tây, thái lát mỏng
- 30 g rau muống non
- Muối, tiêu, hai vị
- mayo thuần chay

HƯỚNG DẪN:
LÀM BÁNH CREPE
a) Kết hợp bột đậu xanh, bột đậu phộng, men dinh dưỡng, bột cà ri, nước và muối cho vừa ăn trong máy xay thực phẩm.

b) Đun nóng chảo chống dính lớn trên lửa vừa cao. Xịt chảo một ít dầu ăn.

c) Đổ $\frac{1}{4}$ cốc bột vào chảo và dùng chuyển động xoáy dàn đều bột khắp đáy chảo.

d) Nướng bánh Crêpe trong 1 phút mỗi mặt. Xếp bánh crêpe ra đĩa và giữ ấm.

LÀM ĐIỀN
e) Đun nóng dầu ô liu trong chảo trên lửa vừa cao.

f) Thêm nấm và hành tây vào nấu trong 6-8 phút.

g) Thêm rau bina và đảo cho đến khi héo trong 1 phút.

h) Nêm muối và hạt tiêu rồi chuyển vào tô lớn.

i) Gấp mayo thuần chay đã chuẩn bị sẵn vào.

4. Bánh crepe bột đậu xanh

THÀNH PHẦN:

- $\frac{1}{2}$ muỗng cà phê rau mùi đất
- $\frac{1}{2}$ muỗng cà phê bột nghệ
- 2 quả ớt xanh Thái, serrano hoặc cayenne, xắt nhỏ
- $\frac{1}{4}$ chén lá cỏ cà ri khô
- 2 chén bột gram
- 1 thìa cà phê bột ớt đỏ hoặc ớt cayenne
- Dầu dùng để chiên
- 1 củ gừng gọt vỏ, bào sợi hoặc băm nhỏ
- $\frac{1}{2}$ chén ngò tươi, thái nhỏ
- 1 thìa cà phê muối biển thô
- $1\frac{1}{2}$ cốc nước
- 1 củ hành tây, bóc vỏ và băm nhỏ

HƯỚNG DẪN:

a) Trong một tô trộn lớn, trộn bột mì và nước cho đến khi mịn. Để qua một bên.

b) Trộn các thành phần còn lại, ngoại trừ dầu.

c) Làm nóng trước vỉ nướng trên lửa vừa.

d) Rưới $\frac{1}{2}$ thìa dầu lên vỉ nướng.

e) Đổ bột vào giữa chảo.

f) Trải bột theo chuyển động tròn theo chiều kim đồng hồ từ giữa ra ngoài chảo bằng mặt sau của muôi để tạo thành một chiếc bánh pancake tròn, mỏng.

g) Nấu bánh mì khoảng 2 phút ở một mặt, sau đó lật để chiên mặt còn lại.

h) Dùng thìa ấn xuống để đảm bảo phần giữa cũng chín đều.

i) Ăn kèm với Mint hoặc Peach Chutney ở bên cạnh.

5.Sữa đậu xanh

THÀNH PHẦN:
- 3 chén đậu xanh khô
- 4 ngày Medjool đọ sức
- 1 cốc nước lọc
- 1 muỗng cà phê chiết xuất vani
- $\frac{1}{2}$ muỗng cà phê quế
- $\frac{1}{8}$ muỗng cà phê hạt nhục đậu khấu
- $\frac{1}{4}$ thìa cà phê muối
- $\frac{1}{2}$ gallon nước

HƯỚNG DẪN

a) Ngâm đậu xanh trong nước qua đêm. Chúng sẽ mở rộng gấp ba lần kích thước ban đầu của chúng. Xả hết nước thừa ra khỏi đậu xanh.

b) Thêm vào máy xay sinh tố hoặc máy chế biến thực phẩm và xay cho đến khi mịn. Thêm chà là và trộn trong 2 phút, thêm dần nước lọc để tạo thành hỗn hợp sệt.

c) Trong một cái nồi lớn, đun sôi phần nước còn lại. Thêm bột đậu xanh, chiết xuất vani, muối, quế và hạt nhục đậu khấu.

d) Giảm nhiệt và đun nhỏ lửa trong 20-30 phút, kết hợp tốt để tất cả nguyên liệu được trộn đều.

e) Lọc hỗn hợp qua lưới lọc mịn hoặc vải lưới sạch. Loại bỏ chất rắn và bảo quản sữa đậu xanh dạng lỏng trong hộp kín. Làm lạnh trong tủ lạnh trong 2 giờ trước khi dùng.

6. lúa mì và thịt

THÀNH PHẦN:

- 1 pound thịt vai và lưng cừu
- 2 ounce đậu xanh khô
- 4 ounce hạt lúa mì khô (lúa mì đỏ là tốt)
- 2 củ hành vừa
- 3 muỗng canh dầu thực vật
- 1/2 thìa cà phê nghệ
- Trang trí: Đường bột, bột quế và bơ tan chảy cho vừa ăn

HƯỚNG DẪN:

a) Rửa sạch lúa mì và đậu xanh riêng rồi ngâm trong nước lạnh qua đêm.
b) Ngày hôm sau, gọt vỏ đậu Hà Lan và lúa mì.
c) Rửa và làm khô thịt và cắt thành khối.
d) Gọt vỏ và cắt hành tây thành sáu miếng.
e) Đun nóng dầu trong chảo cỡ vừa và xào hành tây cho đến khi trong suốt.
f) Trộn bột nghệ và thêm khối thịt. Khuấy đều để thịt dính đều các mặt.
g) Xả nước và thêm đậu xanh vào thịt và trộn đều. Đổ một lít nước hoặc nước kho vào nồi và đun sôi. Chìa khóa mùa hai.
h) Giảm nhiệt và đun nhỏ lửa cho đến khi thịt gần chín. Rây và thêm lúa mì vào hỗn hợp và đun nhỏ lửa cho đến khi tất cả nguyên liệu chín kỹ. Thêm nước khi cần thiết và khuấy thường xuyên trong khi nấu.
i) Sau khi nấu chín, đổ hỗn hợp vào nồi và dùng đầu phẳng của dụng cụ làm mềm bít tết giã cho đến khi thịt được xé nhỏ và đạt được độ sệt giống như cháo. Nếu hỗn hợp lỏng hơn cháo thì đổ lại vào chảo và đun ở lửa nhỏ. Khuấy liên tục cho đến khi đặc lại và thêm đường bột cho vừa ăn.
j) Đổ vào từng bát riêng lẻ. Trang trí với một chút quế, đường bột và một ít bơ trước khi dùng.

ĐỒ ĂN NHẸ

7.Đậu xanh nướng Aquafaba

THÀNH PHẦN:
- Hai lon đậu xanh nấu chín 15 oz
- ½ quả chanh, ép lấy nước
- 2 thìa cà phê ớt bột
- 1 muỗng canh ớt bột ngọt
- 2 thìa cà phê thì là
- 2 thìa cà phê bột tỏi
- 2 thìa cà phê muối

AQUAFABA
- 2 muỗng canh đậu xanh lỏng

HƯỚNG DẪN
ĐỐI VỚI AQUAFABA:
a) Đánh nhẹ chất lỏng cho đến khi nổi bọt, sau đó đo lượng aquafaba cần thiết.

ĐỐI VỚI ĐẬU GÀ RANG:
b) Chuẩn bị một khay nướng có lót giấy da và làm nóng lò ở nhiệt độ 400° F.

c) Đặt đậu xanh khô thành một lớp trên khay nướng đã chuẩn bị sẵn và nướng trong 25 phút.

d) Trộn đều aquafaba, nước cốt chanh, ớt bột, ớt bột, thì là, tỏi và muối.

e) Rưới hỗn hợp aquafaba lên đậu xanh đã rang chín rồi trộn đều.

f) Xếp chúng trở lại khay nướng thành một lớp duy nhất và nướng thêm 15 phút nữa hoặc cho đến khi giòn và vàng.

g) Đặt sang một bên ít nhất 10 phút trước khi dùng để đậu xanh nguội.

8. Hành nhồi Quinoa

THÀNH PHẦN:
- 12 củ hành vừa; bóc vỏ
- $\frac{1}{2}$ cốc Quinoa; nấu chín
- 1 cái ly; Nước
- $\frac{1}{4}$ thìa cà phê muối biển
- 2 tép tỏi; băm nhỏ (tùy chọn)
- $\frac{1}{2}$ chén Nấm; cắt lát
- $\frac{1}{2}$ cốc cần tây; cắt lát
- 2 muỗng canh ngô hoặc dầu ô liu
- $\frac{1}{2}$ cốc đậu xanh; nấu chín
- 1 cốc quả óc chó; rang
- 2 thìa cà phê nước tương
- 2 muỗng cà phê giấm gạo lứt

HƯỚNG DẪN:
a) Dùng dụng cụ nạo lõi táo làm rỗng phần bên trong của hành, giữ nguyên phần đáy và giữ lại phần bên trong. Hấp hành tây đã gọt vỏ cho đến khi mềm, để lại $\frac{3}{4}$ cốc nước nấu.

b) Hành tây để riêng thái nhỏ. Xào hành, tỏi, nấm và cần tây xắt nhỏ trong dầu trong 15 phút hoặc cho đến khi mềm. Trộn quinoa và đậu xanh rồi đun nóng (khoảng 5 phút).

c) Đổ đầy hành tây với hỗn hợp quinoa. Nghiền quả óc chó trong máy xay thực phẩm, trộn với nước tương và giấm để tạo thành hỗn hợp kem. Trộn trong chất lỏng nấu ăn dành riêng. Cho hỗn hợp vào nồi và đun nóng, khuấy liên tục. Đổ hành tây nhồi lên, trang trí và phục vụ.

9. Pakora

THÀNH PHẦN:
- 1 chén bột đậu xanh
- ½ chén bột mì đa dụng chưa tẩy trắng
- ½ muỗng cà phê baking soda
- ¾ thìa cà phê Cream of tartar
- ¼ thìa cà phê muối biển
- 1 thìa cà phê bột thì là và bột rau mùi
- 1 muỗng cà phê nghệ và ớt cayenne
- 2 thìa nước cốt chanh
- 1 cốc khoai tây thái lát
- 1 chén hoa súp lơ
- 1 chén ớt chuông xắt nhỏ

HƯỚNG DẪN:
a) Trộn bột mì, baking soda, kem tartar, muối và gia vị.
b) Cho từ từ nước và nước cốt chanh vào để tạo thành hỗn hợp bột mịn có độ đặc như kem đặc. Để qua một bên.
c) Nhúng rau vào bột để phủ. Nhúng vào dầu nóng, đảo đều để chiên chín vàng khoảng 5 phút.
d) Lấy thìa có rãnh ra và để ráo trên giấy thấm.

10. Đậu xanh rán với couscous

THÀNH PHẦN:

- 7 ounce Couscous, nấu chín
- ½ quả dưa chuột nhỏ
- 2 quả cà chua mận; (gọt vỏ, bỏ hạt, thái hạt lựu)
- 1 quả chanh
- 6 củ hành lá; tỉa
- 1 lon (14oz) đậu xanh để ráo nước và rửa sạch
- ½ muỗng cà phê Rau mùi hoặc ngò và bạc hà
- 1 quả ớt đỏ; bỏ hạt và thái nhỏ
- 1 tép tỏi
- Bột mì thường để phủ bụi
- 5 ounce sữa chua FF
- Muối và hạt tiêu mới xay
- Ớt bột /thì là để nếm thử

HƯỚNG DẪN:

a) Khuấy cà chua và rau mùi tây thành couscous. Cắt đôi quả chanh và vắt lấy nước cốt.

b) Cắt nhỏ hành lá thành couscous.

c) Thêm thì là, rau mùi/ngò, ớt và lá rau mùi/ngò.

d) Băm nhỏ tép tỏi và thêm vào. Đặt dưa chuột vào tô và khuấy đều với sữa chua, cắt nhỏ bạc hà và thêm nhiều gia vị. Trộn đều

e) Nặn hỗn hợp đậu xanh thành 6 miếng và rắc nhẹ bột mì.

f) Thêm vào chảo và nấu trong vài phút.

11. Đậu xanh với mù tạt micros

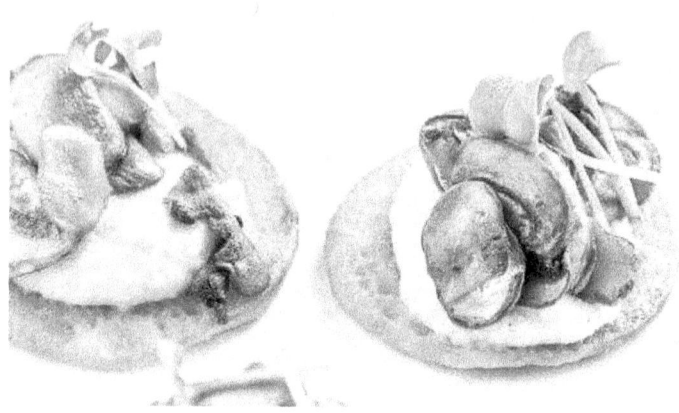

THÀNH PHẦN:
BLINIS
- 1 chén bột đậu xanh
- 1 quả trứng
- ½ cốc nước
- 1 muỗng canh dầu ô liu
- 1 thìa cà phê muối
- 2 củ hành xanh, xắt nhỏ

MAI VOCADO C REAM
- 2 thìa kem phô mai không béo
- ½ quả bơ
- 1 củ hành xanh, xắt nhỏ
- 1 thìa cà phê muối
- Nước cốt ½ quả chanh

HÀNG ĐẦU _
- 1 nắm mù tạt xanh
- Trái bơ
- Phô mai Thụy Sĩ
- Những hạt lựu

HƯỚNG DẪN:
a) Để làm bánh blini, đánh đều 1 quả trứng, ½ cốc nước, hành lá xắt nhỏ và dầu ô liu vào tô trộn.

b) Trộn bột đậu xanh, muối và hạt tiêu vào một bát riêng. Thêm hỗn hợp ướt và đánh cho đến khi nó được kết hợp hoàn toàn.

c) Đổ 2 thìa hỗn hợp vào giữa chảo chống dính và đun nóng trên lửa vừa cao. Để ít nhất 5 phút để hỗn hợp đông lại thành bánh kếp hoặc bánh blini trước khi lật lại.

d) Lật mặt lại và nấu thêm 3 phút nữa cho đến khi chín và xuất hiện bong bóng nhỏ ở trên.

e) các nguyên liệu phô mai kem bơ vào tô trộn.

f) Để phục vụ, phết phô mai kem bơ lên 1 bánh blini và phủ các loại rau xanh mù tạt và hạt lựu lên trên.

12. Crostini Salad đậu xanh

THÀNH PHẦN:
- 1 bánh mì baguette, cắt thành 12 lát
- 2 muỗng canh dầu ô liu nguyên chất
- 1 lon đậu xanh 15 ounce, để ráo nước và rửa sạch
- 1 lon đậu đen 15 ounce, để ráo nước và rửa sạch
- 1 lon ngô 8 ounce, để ráo nước và rửa sạch
- 1 lon ô liu đen 4 ounce, để ráo nước và thái lát
- 1 muỗng canh nước cốt chanh tươi
- 2 thìa cà phê bột hạt lanh
- 1 thìa cà phê thì là xay
- $\frac{1}{4}$ thìa cà phê ớt bột
- $\frac{1}{4}$ thìa cà phê bột hành
- $\frac{1}{4}$ thìa cà phê muối
- Húng tây tươi, để trang trí

HƯỚNG DẪN:
bánh mì nướng CROSTINI
a) Xếp các lát bánh mì lên khay nướng. Nhẹ nhàng quét từng lát bánh mì bằng dầu.

b) Đặt tấm nướng dưới gà thịt. Đừng làm gì khác. Chỉ cần đứng đó và tiếp tục kiểm tra bánh mì và đừng để nó bị cháy. Nó chỉ mất một vài phút.

c) Sau khi bánh mì nướng có màu vàng nhạt, hãy lấy tấm ra khỏi lò. Bạn có thể làm trước những thứ này và bảo quản trong tủ lạnh để sử dụng sau.

HAI HỘI
d) Trong một tô lớn, trộn tất cả các nguyên liệu còn lại, trừ húng tây.

e) Rắc hỗn hợp đậu xanh lên trên mỗi bánh mì nướng ngay trước khi dùng. Trang trí với húng tây tươi.

13.P anise bruschetta với Basil Microgreen

THÀNH PHẦN:
PHỦ BÊN TRÊN THỨC ĂN
- 2 muỗng cà phê dầu ô liu
- 1½ chén nấm cremini, thái lát
- ½ muỗng cà phê muối
- Một lon đậu cannellini 15 ounce, đã rửa sạch
- ¾ chén rau húng quế

C HICKPEA C AKES
- 1 chén bột đậu xanh
- 2 ¼ cốc nước
- 1 muỗng canh dầu ô liu
- một vài nhúm muối và hạt tiêu

HƯỚNG DẪN:
a) Trong chảo, đun nóng dầu ô liu, sau đó cho nấm đã thái lát vào. Rắc muối.

b) Sau khi nấm nguội, kết hợp chúng với đậu cannellini và rau húng quế.

c) Trộn tất cả nguyên liệu làm bánh đậu xanh vào tô trộn.

d) Làm nóng chảo chống dính rỗng ở lửa vừa phải để nấu bột đậu xanh.

e) Thêm một vài muỗng cà phê dầu ô liu vào chảo và đợi cho nó nóng lên trong một hoặc hai phút nữa. Khi chiếc Panisse chạm vào chảo, bạn sẽ muốn nó kêu xèo xèo.

f) Đổ bột vào chảo. Khuấy bột liên tục bằng máy đánh trứng cho đến khi đặc lại, sau đó chuyển sang thìa cao su chịu nhiệt khuấy đều trong vài phút nữa.

g) Để nguội một chút trước khi dùng màng bọc thực phẩm bọc lại, ấn lên trên để tạo thành miếng dán rồi cho vào tủ lạnh để nguội hoàn toàn trong một giờ hoặc qua đêm.

h) Sau khi khối nguội, cắt nó làm đôi và cắt mỗi nửa thành những lát dày ½ inch.

HOẢNG LOẠN

i) Làm nóng chảo rỗng ở lửa vừa trong vài phút, sau đó cẩn thận thêm 1 hoặc 2 thìa cà phê dầu ô liu và các lát Panisse.

j) Xào trong 3-5 phút mỗi mặt hoặc cho đến khi vàng và kết thúc với phần trên cùng của bạn .

14. Salad đậu xanh chong chóng

THÀNH PHẦN:
- 2 lon đậu xanh 15 ounce để ráo nước và rửa sạch
- 1 quả bơ lớn hoặc 2 quả bơ nhỏ
- 1 quả ớt jalapeño cắt nhỏ
- ½ củ hành đỏ xắt nhỏ
- ¼ cốc mù tạt
- ¼ cốc mayo thuần chay
- tiêu hai phím
- muối tỏi cho vừa ăn
- nước sốt nóng để nếm thử
- 2 bánh tortilla lớn hoặc gói
- 2 nắm rau chân vịt non

HƯỚNG DẪN:
a) Thêm đậu xanh vào tô và nghiền bằng nĩa.
b) Thêm bơ và nghiền cho đến khi bơ được kết hợp.
c) Thêm ớt jalapeño, hành đỏ, mù tạt, mayo thuần chay, hạt tiêu, muối tỏi và nước sốt nóng.
d) Khuấy để kết hợp. Hương vị và điều chỉnh gia vị khi cần thiết. Đặt trong tủ lạnh ít nhất 30 phút.
e) Để lắp ráp, trải một lớp nhân đều lên các mép ngoài của bánh tortilla.
f) Nửa trên của nhân có rau bina.
g) Bắt đầu từ phần cuối cùng với rau chân vịt, cuộn chặt bánh ngô lại cho đến khi chạm đến đầu còn lại.
h) Dùng dao sắc cắt màng bọc thực phẩm thành 8 miếng.
i) Phục vụ ngay hoặc cho vào hộp kín trong tủ lạnh cho đến khi sẵn sàng phục vụ.

15. Đậu xanh tẩm gia vị

THÀNH PHẦN:
- 3 cốc đậu xanh nấu chín
- 1 muỗng canh dầu ô liu
- 2 thìa cà phê hạt thì là
- 2 thìa cà phê hạt nigella
- 2 muỗng cà phê ớt bột, hai vị
- Nhìn thấy hạt muối

HƯỚNG DẪN:
a) Trong một khay rang nhỏ, đổ đậu xanh đã ráo nước và rửa sạch thành một lớp.

b) Rưới dầu và rắc thì là, nigella và ớt lên trên. Cho một nhúm muối biển vào để trộn đều.

c) Đặt chảo vào lò nướng củi nóng và nướng đậu xanh trong khoảng 30 phút, thỉnh thoảng lắc hộp thiếc để trộn chúng lên để đảm bảo nấu chín đều.

d) Chúng phải giòn và có màu nâu vàng đậm. Để nguội một chút trước khi chuyển sang bát phục vụ.

16. Bánh mì đậu xanh Trung Đông

THÀNH PHẦN:
- 1 lon (15 oz) đậu xanh (đậu garbanzo), để ráo nước và rửa sạch
- 2 muỗng canh dầu ô liu
- 1 thìa cà phê thì là xay
- 1 thìa cà phê rau mùi đất
- ½ muỗng cà phê ớt bột
- ¼ thìa cà phê bột nghệ
- ¼ thìa cà phê muối ít natri
- ¼ thìa cà phê tiêu đen

HƯỚNG DẪN:
a) Làm nóng lò ở nhiệt độ 400°F (200°C) và lót khay nướng bằng giấy da.
b) Xả và rửa sạch đậu xanh. Lau khô chúng bằng khăn giấy để loại bỏ độ ẩm dư thừa.
c) Trong một bát, trộn dầu ô liu, thì là, rau mùi, ớt bột, nghệ, muối và tiêu đen. Khuấy đều để tạo thành hỗn hợp gia vị.
d) Cho đậu xanh vào tô cùng hỗn hợp gia vị. Đảo đều cho đến khi đậu được ngấm gia vị đều.
e) Trải đậu xanh đã tẩm gia vị thành một lớp duy nhất trên khay nướng đã chuẩn bị sẵn.
f) Nướng trong lò làm nóng trước khoảng 25-30 phút hoặc cho đến khi đậu xanh giòn và có màu vàng nâu. Khuấy đậu xanh trong nửa thời gian nướng để đảm bảo đậu chín đều.
g) Lấy khay nướng ra khỏi lò và để bánh mì đậu xanh nguội một chút trước khi dùng.
h) Sử dụng bánh mì nướng đậu xanh Trung Đông làm lớp phủ cho món salad, súp hoặc thưởng thức chúng như một món ăn nhẹ giòn.

17. Felafel

THÀNH PHẦN:
- 1 chén đậu xanh khô, nấu chín
- 1 tép tỏi, đập nhẹ
- 1 củ hành vừa, xắt nhỏ
- 1 thìa cà phê rau mùi đất
- 1 thìa cà phê thì là xay
- 1-1/2 thìa cà phê bột ớt cayenne
- 1/2 chén lá mùi tây xắt nhỏ
- 1/2 thìa cà phê muối
- 1/2 thìa cà phê tiêu đen
- Nước cốt của 1 quả chanh, vắt
- Dầu hạt cải hoặc dầu ngô để chiên

HƯỚNG DẪN:
a) Đặt đậu xanh vào tô của máy xay thực phẩm. Thêm các thành phần còn lại trừ dầu. Xung cho đến khi thái nhỏ nhưng không xay nhuyễn, cạo thành bát xuống.

b) Thêm nước ngâm nếu cần thiết để hỗn hợp tạo thành một khối—đừng tạo thành hỗn hợp nhão.

c) Đổ khoảng 2 inch dầu vào một cái chảo lớn, sâu lòng ít nhất 2 inch. Đun nóng dầu đến khoảng 350°F.

d) Tạo từng thìa bột thành hình quả bóng hoặc miếng chả nhỏ. Chiên từng mẻ cho đến khi chín vàng, đảo mặt nếu cần. Thời gian nấu sẽ là năm phút. Ăn nóng với bánh mì pitta với dưa chuột và cà chua xắt nhỏ và nước chấm mùn.

18.Channa luộc

THÀNH PHẦN:

- 2-3 muỗng canh dầu thực vật để chiên
- 1 củ hành trắng vừa, cắt thành từng khoanh mỏng
- 2 lon (15-16 ounce) đậu xanh
- 1 quả ớt chim đỏ, thái nhỏ
- 1 thìa cà phê thì là xay
- 2 thìa cà phê rau mùi đất
- Muối để nếm, nếu cần

HƯỚNG DẪN:

a) Đun nóng dầu trong chảo hoặc chảo.
b) Chiên hành tây cho đến khi có màu nâu nhạt.
c) Thêm đậu xanh đã ráo nước và xào nhanh.
d) Thêm ớt và gia vị vào rồi tiếp tục xào trong một hoặc hai phút.
e) Nêm nếm muối và thêm một ít nếu cần. Đậu xanh đóng hộp thường đủ mặn.
f) Dùng khi còn ấm hoặc ở nhiệt độ phòng như một món ăn nhẹ, với sốt tiêu Tây Ấn làm sẵn tùy chọn nếu bạn thích đồ ăn cay. (Sốt habanero của Mexico cũng ngon.)

HUMMUS

19.Hummus đậu xanh với aquafaba

THÀNH PHẦN:
- 2 chén đậu xanh đóng hộp
- 2 tép tỏi
- 4 muỗng canh tahini làm từ thực vật
- 2 muỗng canh nước cốt chanh, mới vắt
- 2 thìa cà phê bột thì là
- 1 thìa cà phê muối
- $\frac{1}{2}$ muỗng cà phê ớt bột

AQUAFABA
- $\frac{1}{2}$ cốc nước đậu xanh

đứng đầu
- Ngò
- Hạt giống rau mùi
- Bột ớt
- Đậu xanh nguyên hạt

HƯỚNG DẪN:
ĐỂ LÀM AQUAFABA:
a) Nếu chất lỏng đậu xanh chứa nhiều hạt đậu nhỏ, hãy lọc qua lưới lọc mịn để loại bỏ chúng.
b) Đánh nhẹ chất lỏng cho đến khi nổi bọt, sau đó đo lượng aquafaba cần thiết.

ĐỂ LÀM MÓN HUMMUS:
c) Cho đậu xanh, tỏi và aquafaba vào bình xay thực phẩm và xay nhuyễn cho đến khi mịn.
d) Thêm tahini, nước cốt chanh, thì là, muối và bột ớt cho vừa ăn.
e) Xử lý ở tốc độ cao cho đến khi hummus mịn và như kem. Nếu cần thiết, phun nước.
f) Múc hummus vào bát rồi rắc lá và hạt ngò tươi lên trên.
g) Làm lạnh trong hộp kín tối đa 5 ngày.

20.Hummus chay

THÀNH PHẦN:
- 1 lon đậu xanh, để ráo nước và rửa sạch
- ½ chén rau nấu chín (ví dụ: cà rốt, đậu Hà Lan, ớt chuông)
- 2 muỗng canh tahini
- 2 thìa nước cốt chanh
- 2 muỗng canh dầu ô liu
- 1 tép tỏi
- Muối và hạt tiêu cho vừa ăn

HƯỚNG DẪN:
a) Trong máy xay thực phẩm, trộn đậu xanh, rau nấu chín, tahini, nước cốt chanh, dầu ô liu, tỏi, muối và tiêu.

b) Trộn cho đến khi mịn và như kem, thêm một ít nước nếu cần để đạt được độ đặc mong muốn.

c) Nếm thử và điều chỉnh gia vị nếu cần.

d) Gói món hummus chứa đầy rau vào hộp đựng đồ ăn trưa cùng với rau cắt nhỏ hoặc bánh mì pita để chấm.

21.Củ cải Hummus

THÀNH PHẦN:
- 1 lon đậu xanh, để ráo nước và rửa sạch
- 2 củ cải nhỏ, nấu chín và gọt vỏ
- 2 tép tỏi
- 2 muỗng canh tahini
- 2 thìa nước cốt chanh
- 2 muỗng canh dầu ô liu
- Muối và hạt tiêu cho vừa ăn

HƯỚNG DẪN:
a) Trong máy xay thực phẩm, trộn đậu xanh, củ cải đường, tỏi, tahini, nước cốt chanh, dầu ô liu, muối và hạt tiêu.
b) Trộn cho đến khi mịn và như kem, thêm một ít nước nếu cần để đạt được độ đặc mong muốn.
c) Nếm thử và điều chỉnh gia vị nếu cần.
d) Gói món hummus củ cải đường vào hộp đựng đồ ăn trưa cùng với rau cắt nhỏ hoặc bánh mì pita để chấm.

22. Zucchini và đậu xanh Hummus

THÀNH PHẦN:
- 1 lon đậu xanh, để ráo nước và rửa sạch
- 1 tép tỏi, xắt nhỏ
- 1 bí xanh, xắt nhỏ
- Một nắm rau mùi tây xắt nhỏ
- Một nắm húng quế xắt nhỏ
- Muối Himalaya hoặc muối biển
- Hạt tiêu vừa mới nghiền
- 4 muỗng canh dầu ô liu
- Một vắt nước chanh tươi

HƯỚNG DẪN
a) Trộn tất cả mọi thứ.

23. Đậu xanh chanh và Tahini Hummus

THÀNH PHẦN:
- Nước cốt chanh từ $\frac{1}{2}$ quả chanh
- 1 lon đậu xanh khô, ngâm
- 1 tép tỏi
- 1 muỗng canh tahini
- 1 muỗng canh dầu ô liu

HƯỚNG DẪN:
a) Trộn tất cả mọi thứ cho đến khi mịn.

24. Hummus đậu xanh tỏi

THÀNH PHẦN:
- 2 tép tỏi
- 1 lon đậu xanh
- 1 muỗng canh Tahini
- Nước cốt chanh từ 1 quả chanh
- 1 muỗng canh dầu ô liu

HƯỚNG DẪN:
a) Trong một bát trộn, trộn tất cả các thành phần.

25. Tảo Spirulina Hummus

THÀNH PHẦN:
- 1 lon đậu xanh, để ráo nước, để sẵn chất lỏng
- 1 muỗng canh dầu ô liu
- 2 thìa cà phê tahini
- 1 muỗng canh nước cốt chanh mới vắt
- 1 tép tỏi, nghiền nát
- ½ muỗng cà phê muối

HƯỚNG DẪN:
a) Cho đậu xanh, dầu ô liu, tahini, nước cốt chanh, tỏi và muối vào máy xay thực phẩm.

b) Bật máy xay thực phẩm và từ từ đổ một ít chất lỏng đậu xanh dự trữ vào trong khi máy chạy.

c) Khi hỗn hợp được kết hợp hoàn toàn và mịn, chuyển nó vào món ăn.

26. Hibiscus Hummus

THÀNH PHẦN:
- 1 lon (15 ounce) đậu xanh, để ráo nước và rửa sạch
- 2 muỗng canh tahini
- 2 muỗng canh xi-rô hoa dâm bụt hoặc trà hoa dâm bụt cô đặc
- Nước ép của 1 quả chanh
- 1 tép tỏi, băm nhỏ
- 2 muỗng canh dầu ô liu
- Muối và hạt tiêu cho vừa ăn
- Tùy chọn: ớt bột hoặc rưới dầu ô liu để trang trí

HƯỚNG DẪN:
a) Trong máy xay thực phẩm, trộn đậu xanh, tahini, xi-rô dâm bụt hoặc trà cô đặc, nước cốt chanh, tỏi băm và dầu ô liu.

b) Xử lý cho đến khi mịn và như kem, thêm một ít nước nếu cần để đạt được độ đặc mong muốn.

c) Nêm muối và hạt tiêu cho vừa ăn.

d) Chuyển hummus dâm bụt vào tô phục vụ.

e) Tùy chọn: Trang trí với một ít ớt bột hoặc một chút dầu ô liu.

f) Phục vụ món hummus dâm bụt với bánh mì pita, cà rốt que hoặc các loại rau yêu thích của bạn để có một bữa ăn nhẹ ngon miệng và bổ dưỡng.

27. Hummus chanh dây

THÀNH PHẦN:
- 1 lon đậu xanh, để ráo nước và rửa sạch
- $\frac{1}{4}$ cốc tahini
- $\frac{1}{4}$ cốc cùi chanh dây
- 2 tép tỏi, băm nhỏ
- $\frac{1}{4}$ chén dầu ô liu
- Muối và hạt tiêu cho vừa ăn

HƯỚNG DẪN:
a) Trong máy xay thực phẩm, trộn đậu xanh, tahini, cùi chanh dây, tỏi, dầu ô liu, muối và tiêu.
b) Xử lý cho đến khi mịn và kem.
c) Làm lạnh trong tủ lạnh ít nhất 30 phút trước khi dùng.
d) Ăn kèm với khoai tây chiên hoặc rau tươi.

28. Moringa và củ cải đường hummus

THÀNH PHẦN:
- 1/2 muỗng cà phê bột Moringa
- 400g đậu xanh, để ráo nước và rửa sạch
- 250g củ cải luộc
- 1 tép tỏi
- 2 muỗng canh tahini
- 2 thìa cà phê thì là xay
- 100ml dầu ô liu nguyên chất
- Nước ép chanh
- Muối hai chìa khóa

HƯỚNG DẪN:
a) Thêm tất cả nguyên liệu trừ đậu xanh vào máy xay/máy chế biến thực phẩm. Trộn cho đến khi mịn.
b) Thêm đậu xanh và trộn lại cho đến khi mịn và ngon!

29. hummus với quả bí ngô tinh thần trái thạch lựu

THÀNH PHẦN:
- 1 tách Nấu chín đậu xanh
- 1 tách Quả bí ngô, nấu chín tinh thần nghiền, hoặc đóng hộp quả bí ngô
- 2 thìa canh sốt mè, nguồn gốc gọi điện vì 1/3 tách
- $\frac{1}{4}$ tách Tươi mùi tây, băm nhỏ
- 3 Đinh hương tỏi, băm nhỏ
- 2 Lựu

HƯỚNG DẪN:
a) banh my Pita bánh mỳ, tách ra tinh thần ấm lên hoặc khác bánh quy giòn, bánh mỳ, rau

b) xay nhuyễn các đậu xanh, quả bí ngô, sốt mè, mùi tây, tinh thần tỏi cho đến khi trơn tru.

c) Chuyển khoản tan băng Một phục vụ đĩa.

d) Bánh mỳ mở các quả lựu tinh thần chia các hạt giống ngoan đạo các bên trong màng xem. rắc Chào hạt giống qua các hummus dịch vụ ướp lạnh hoặc ĐẾN phòng nhiệt độ với các bánh pita hoặc khác "cái gáo".

30. Hummus cà rốt nướng

THÀNH PHẦN:
- 1 lon đậu xanh, rửa sạch và để ráo nước
- 3 củ cà rốt
- 1 tép tỏi
- 1 thìa cà phê ớt bột
- 1 muỗng canh tahini
- Nước ép của 1 quả chanh
- 2 muỗng canh dầu ô liu nguyên chất
- 6 thìa nước
- 1/2 thìa cà phê bột thì là
- Muối hai chìa khóa

HƯỚNG DẪN:
a) Làm nóng lò ở nhiệt độ 400 độ F.
b) Rửa và gọt vỏ cà rốt, sau đó cắt thành từng miếng nhỏ và đặt chúng lên đĩa nướng với dầu ô liu, một chút muối và nửa thìa cà phê ớt bột.
c) Nướng trong 35 phút hoặc cho đến khi cà rốt mềm.
d) Lấy chúng ra khỏi lò và đặt chúng sang một bên để nguội.
e) Chuẩn bị món hummus khi chúng nguội: rửa sạch và để ráo đậu xanh trước khi cho vào máy xay thực phẩm cùng với các thành phần hoạt tính còn lại. Xử lý cho đến khi bạn có một hỗn hợp kết hợp tốt.
f) Sau đó, thêm cà rốt và tỏi và lặp lại quy trình!

BÁNH SANDWICHE VÀ BURGERS

31. Bánh mì kẹp thịt đậu xanh vàng

THÀNH PHẦN:
- 2 muỗng canh dầu ô liu
- 1 củ hành vàng, xắt nhỏ
- 1/2 ớt chuông vàng, xắt nhỏ
- 1 1/2 chén đậu xanh nấu chín
- $\frac{3}{4}$ thìa cà phê muối
- 1/4 thìa cà phê tiêu đen mới xay
- 1/4 chén bột gluten lúa mì
- Gia vị tự chọn

HƯỚNG DẪN:
a) Trong chảo, đun nóng 1 thìa dầu và đun nóng. Thêm hành tây và hạt tiêu vào nấu cho đến khi mềm, khoảng 5 phút. Đặt sang một bên để làm mát một chút.
b) Chuyển hỗn hợp hành tây đã nguội vào máy xay thực phẩm. Thêm đậu xanh, muối, hạt tiêu đen và mạch vào trộn. Thêm bột và chế biến để kết hợp.
c) Nặn hỗn hợp thành 4 chiếc bánh mì kẹp thịt, đường kính khoảng 4 inch. Nếu hỗn hợp quá lỏng, hãy thêm một ít bột mì.
d) Trong chảo, đun nóng 2 muỗng dầu còn lại.
e) Thêm bánh mì kẹp thịt vào và nấu cho đến khi cứng và chín vàng cả hai mặt, quay một lần, khoảng 5 phút mỗi mặt.
f) Phục vụ bánh mì kẹp thịt với các loại gia vị bạn chọn.

32. Bánh đậu xanh cà ri

THÀNH PHẦN:
- 3 muỗng canh dầu ô liu
- 1 củ hành tây, xắt nhỏ
- 1 1/2 thìa cà phê bột cà ri nóng hoặc nhẹ
- 1/2 muỗng cà phê muối
- 1/8 thìa cà phê ớt cayenne xay
- 1 chén đậu xanh nấu chín
- 1 muỗng canh mùi tây tươi xắt nhỏ
- 1/2 chén bột mì gluten
- 1/3 chén bột hạnh nhân khô không có gia vị
- Lá rau diếp
- 1 quả cà chua chín, cắt thành lát 1/4 inch

HƯỚNG DẪN:
a) Trong chảo, đụn nóng 1 thìa dầu và đun nóng. Thêm hành tây, đậy nắp và nấu cho đến khi mềm, 5 phút. Khuấy 1 thìa cà phê bột cà ri, muối và ớt cayenne rồi tắt bếp. Để qua một bên.
b) Trong máy xay thực phẩm, trộn đậu xanh, mùi tây, bột gluten lúa mì, bột hạnh nhân và hành tây nấu chín. Quá trình kết hợp, để lại một số kết cấu.
c) Nặn hỗn hợp đậu xanh thành 4 miếng bằng nhau và đặt sang một bên.
d) Trong chảo, đun nóng 2 muỗng dầu còn lại. Thêm các miếng chả vào, đậy nắp và nấu cho đến khi vàng nâu cả hai mặt, quay một lần, khoảng 5 phút mỗi mặt.
e) Trong một cái bát, trộn 1/2 thìa cà phê bột cà ri còn lại với sốt mayonnaise, khuấy đều. hai hỗn hợp.
f) Phục vụ bánh mì kẹp thịt với rau diếp và lát cà chua.

33. Bánh mì kẹp thịt chay Yam Ma-rốc

THÀNH PHẦN:
- 1,5 cốc khoai mỡ bào
- 2 tép tỏi, bóc vỏ
- ¾ chén lá ngò tươi
- 1 miếng gừng tươi, gọt vỏ
- 15 ounce đậu xanh, để ráo nước và rửa sạch
- 2 thìa bột lanh trộn với 3 thìa nước
- ¾ chén yến mạch cán, nghiền thành bột
- ½ muỗng canh dầu mè
- 1 muỗng canh dừa aminos hoặc tamari ít natri
- ½-¾ thìa cà phê muối biển hạt mịn hoặc muối Himalayan hồng, tùy theo khẩu vị
- Tiêu đen xay tươi, hai vị
- 1 ½ thìa cà phê ớt bột
- 1 thìa cà phê thì là
- ½ muỗng cà phê rau mùi
- ¼ thìa cà phê quế
- ¼ thìa cà phê bột nghệ
- ½ chén sốt tahini ngò chanh

HƯỚNG DẪN:
a) Làm nóng lò ở nhiệt độ 350F. Lót một tấm nướng bánh bằng một mảnh giấy da.
b) Gọt vỏ khoai mỡ. Sử dụng lỗ ghi có kích thước thông thường, xay khoai lang cho đến khi bạn có 1 ½ cốc được đóng gói nhẹ. Đặt vào một cái bát.
c) Tháo phụ kiện vắt ra khỏi máy xay thực phẩm và lắp lưỡi dao hình chữ "s" thông thường vào. Băm tỏi, ngò và gừng cho đến khi thái nhỏ.
d) Thêm đậu xanh đã ráo nước và chế biến lại cho đến khi thái nhỏ, nhưng để lại một ít kết cấu. Múc hỗn hợp này vào tô.
e) Trong một cái bát, khuấy đều hỗn hợp lanh và nước.
f) Nghiền yến mạch thành bột bằng máy xay sinh tố hoặc máy chế biến thực phẩm. Hoặc bạn có thể dùng ¾ cốc + 1 thìa bột

yến mạch xay sẵn. Khuấy hỗn hợp này vào hỗn hợp cùng với hỗn hợp lanh.

g) Bây giờ, cho dầu, aminos/tamari, muối/tiêu và gia vị vào khuấy đều cho đến khi hòa quyện hoàn toàn. Điều chỉnh theo phím nếu muốn.

h) Tạo hình 6-8 miếng bánh, gói hỗn hợp thật chắc với nhau. Đặt trên tấm nướng.

i) Nướng trong 15 phút, sau đó lật cẩn thận và nướng thêm 18-23 phút nữa cho đến khi vàng và chắc. Làm nguội trên chảo.

34. Burger Quinoa và khoai lang

THÀNH PHẦN:
- 3 củ khoai lang vừa, nướng
- 2 quả trứng
- 1 chén bột đậu xanh
- 1 thìa cà phê ớt bột
- 1 muỗng canh mù tạt Dijon nguyên hạt
- 1 muỗng canh bơ quả óc chó hoặc bơ hạt khác
- nước cốt của ½ quả chanh
- 1 nhúm muối biển
- 200 g hạt quinoa
- dầu đậu phộng, để chiên
- Kem chua cải ngựa
- 3 muỗng canh cải ngựa nghiền mịn
- 1¼ cốc kem chua
- muối biển

HAI PHỤC VỤ
- 6 chiếc bánh burger, giảm một nửa
- bơ cho bánh bao
- hẹ đỏ châu Á thái nhỏ
- hẹ thái nhỏ

HƯỚNG DẪN:

a) Tách khoai tây theo chiều dọc và dùng thìa cạo sạch phần bên trong.

b) Cho trứng vào máy xay thực phẩm và trộn cùng khoai lang, bột đậu xanh, bột ớt, mù tạt, Bơ hạt, nước cốt chanh và muối. Thêm quinoa.

c) Mỗi lần dùng một ít hỗn hợp, tạo thành những miếng chả tròn.

d) Trong một bát trộn, trộn muối, cải ngựa và kem chua.

e) Ở lửa vừa, nướng miếng chả trong vài phút cả hai mặt.

f) Bơ các mặt cắt của bánh và nướng nhanh.

g) Đặt một chiếc bánh mì kẹp thịt vào dưới cùng của mỗi chiếc bánh mì và phủ kem chua cải ngựa, hẹ tây và hẹ lên trên.

35. Hương vị như bánh mì kẹp salad cá ngừ

THÀNH PHẦN:

- 1 1/2 cốc nấu chín hoặc 1 (15,5 ounce) lon đậu xanh, để ráo nước và rửa sạch
- 2 quả cần tây, thái nhỏ
- 1/4 chén hành tây băm
- 1 muỗng cà phê nụ bạch hoa, để ráo nước và cắt nhỏ
- 1 cốc sốt mayonnaise thuần chay
- 2 thìa nước cốt chanh tươi
- 1 thìa cà phê mù tạt Dijon
- 1 thìa cà phê bột tảo bẹ
- 4 lá xà lách
- 4 lát cà chua chín
- Muối và tiêu
- Bánh mỳ

HƯỚNG DẪN:

a) Trong một tô vừa, nghiền nhuyễn đậu xanh. Thêm cần tây, hành tây, nụ bạch hoa, 1/2 cốc sốt mayonnaise, nước cốt chanh, mù tạt và bột tảo bẹ.

b) Nêm muối và hạt tiêu cho vừa ăn. Trộn cho đến khi kết hợp tốt.

c) Đậy nắp và để lạnh ít nhất 30 phút để hương vị hòa quyện.

d) Khi sẵn sàng phục vụ, phết 1/4 cốc sốt mayonnaise còn lại lên 1 mặt của mỗi lát bánh mì. Xếp rau diếp và cà chua lên 4 lát bánh mì và chia đều hỗn hợp đậu xanh vào giữa chúng.

e) Phủ lát bánh mì còn lại lên trên mỗi chiếc bánh sandwich, úp mặt sốt mayonnaise xuống, cắt làm đôi và thưởng thức.

MÓN CHÍNH

36.Ớt hạt hỗn hợp

THÀNH PHẦN:
- 2 muỗng canh dầu ô liu
- 2 củ hẹ, xắt nhỏ
- 1 củ hành vàng lớn, thái hạt lựu
- 1 muỗng canh gừng tươi, bào mịn
- 8 tép tỏi, nghiền nát
- 1 thìa cà phê thì là xay
- 3 muỗng canh bột ớt đỏ
- Muối
- Tiêu đen
- Cà chua nghiền lon 28 ounce
- 1 quả ớt chipotle đóng hộp, xắt nhỏ
- 1 hạt tiêu Serrano, bỏ hạt và cắt nhỏ
- 3 củ hành lá xắt nhỏ
- ⅔ cốc bulgur
- ⅔ cốc lúa mạch trân châu
- $2\frac{1}{4}$ chén đậu lăng trộn, rửa sạch
- $1\frac{1}{2}$ chén đậu xanh đóng hộp

HƯỚNG DẪN:
a) Đun nóng dầu trong chảo trên lửa cao rồi cho hẹ tây và hành tây vào xào trong 4-5 phút.
b) Xào trong 1 phút với gừng, tỏi, thì là và ớt bột.
c) Kết hợp với cà chua, ớt và nước dùng.
d) Đun sôi các nguyên liệu, trừ hành lá.
e) Giảm nhiệt độ thấp và nấu trong 35 đến 45 phút hoặc cho đến khi đạt được độ dày mong muốn.
f) Ăn nóng và rắc hành lá.

37. Bắp cải cuốn nhân Bulgur và đậu xanh

THÀNH PHẦN:
- 1 bắp cải xanh đầu to, bỏ lõi
- 1 muỗng canh dầu ô liu
- 1 củ hành vàng vừa, băm nhỏ
- 1 cốc bulgur xay vừa
- 2 cốc nước
- Muối
- 1 1/2 cốc nấu chín hoặc 1 (15,5 ounce) lon đậu xanh, để ráo nước, rửa sạch và nghiền nhỏ
- 2 thìa thì là tươi băm nhỏ hoặc 1 thìa khô
- Hạt tiêu vừa mới nghiền
- 2 cốc nước ép cà chua

HƯỚNG DẪN:
a) Cẩn thận loại bỏ 12 lá lớn khỏi bắp cải, dành phần bắp cải còn lại cho mục đích sử dụng khác. Hấp lá bắp cải cho đến khi mềm, từ 8 đến 10 phút. Đặt sang một bên để nguội.

b) Trong một cái chảo lớn, đun nóng dầu trên lửa vừa. Thêm hành tây vào và nấu, đậy nắp cho đến khi mềm, khoảng 5 phút. Khuấy bulgur, nước và 1/2 thìa cà phê muối. Đun sôi. che phủ,

c) giảm nhiệt xuống thấp và đun nhỏ lửa cho đến khi bulgur hấp thụ hết nước, khoảng 15 phút.

d) Chuyển đến một bát lớn. Thêm đậu vào hỗn hợp bulgur cùng với thì là và muối và hạt tiêu cho vừa ăn. Trộn đều.

e) Đặt từng lá bắp cải lên một bề mặt phẳng, úp mặt sườn xuống. Đặt khoảng 1/3 cốc hỗn hợp nhồi vào đầu cuống của mỗi chiếc lá.

f) Bắt đầu từ phần cuối của thân cây, cuộn chiếc lá xung quanh phần nhân, nhét các cạnh của chiếc lá vào khi bạn cuộn nó lại. Lặp lại quá trình với những chiếc lá và phần nhân còn lại.

g) Đổ 1 cốc nước ép cà chua vào chảo sâu lòng lớn có nắp. Xếp các cuộn bắp cải đã nhồi vào nồi, đường may úp xuống. Đổ 1 cốc nước ép cà chua còn lại lên cuộn bắp cải. Đậy nắp và nấu trên lửa nhỏ cho đến khi mềm, khoảng 20 đến 30 phút. Phục vụ ngay lập tức.

38. Bát phật quinoa đậu xanh

THÀNH PHẦN:
XA LÁT:
- 1 chén đậu xanh khô, nấu chín
- 1 chén quinoa trắng, nấu chín
- 1 gói lớn cải xoăn xoăn

SỐT TAHINI:
- 1/2 chén tahini
- 1/4 thìa cà phê muối biển
- 1/4 thìa cà phê bột tỏi
- 1/4 cốc nước
- Nước chanh tươi

HƯỚNG DẪN:
ĐỂ LÀM TRANG PHỤC:
a) Kết hợp tahini, muối biển, nước cốt chanh và bột tỏi trong một bát trộn nhỏ và đánh đều để hòa quyện. Sau đó thêm từng chút nước vào cho đến khi tạo thành nước sốt có thể rót được.

b) Thêm 1/2 inch nước vào chảo vừa và thêm cải xoăn. Đun sôi trên lửa vừa.

c) Ngay lập tức lấy cải xoăn ra khỏi bếp và chuyển sang một đĩa nhỏ.

ĐỂ LẮP RÁP SALAD:
d) Kết hợp đậu xanh nấu chín, quinoa và cải xoăn vào tô. Quăng trong băng.

39. Bánh mì Couscous-Chickpea với cà chua phơi nắng

THÀNH PHẦN:

- 2 chén nước luộc rau
- 1 cốc couscous
- Muối
- 1 muỗng canh dầu ô liu
- 3 tép tỏi, băm nhỏ
- $1\frac{1}{2}$ chén đậu xanh nấu chín
- Cà chua thái hạt lựu 14,5 ounce, để ráo nước
- $\frac{1}{4}$ chén cà chua phơi nắng ngâm dầu băm nhỏ
- 1 muỗng canh bạch hoa cắt nhỏ
- 1 muỗng cà phê húng quế khô
- $\frac{1}{2}$ muỗng cà phê lá oregano khô
- Hạt tiêu vừa mới nghiền
- 10 ounce đậu phụ cứng, để ráo nước và vỗ khô

HƯỚNG DẪN:

a) Trong một cái chảo lớn, đun sôi nước dùng trên lửa cao. Thêm couscous và muối cho vừa ăn. Tắt lửa, đậy nắp và để yên trong 10 phút.

b) Làm nóng lò ở nhiệt độ 350°F. Thoa nhẹ dầu vào chảo ổ bánh mì 9 inch và đặt nó sang một bên. Trong chảo lớn, đun nóng dầu trên lửa vừa.

c) Thêm tỏi và nấu cho đến khi mềm, khoảng 30 giây. Thêm đậu xanh, cà chua, cà chua phơi nắng, nụ bạch hoa, húng quế, lá oregano, muối và hạt tiêu cho vừa ăn.

d) Khuấy đều, sau đó giảm nhiệt xuống thấp và đun nhỏ lửa cho đến khi chất lỏng bay hơi, khoảng 5 phút. Để qua một bên.

e) Trong máy xay sinh tố hoặc máy chế biến thực phẩm, kết hợp đậu phụ, 1 cốc hỗn hợp đậu xanh, muối và hạt tiêu cho vừa ăn. Xử lý cho đến khi mịn và khuấy lại vào hỗn hợp đậu xanh.

f) Trong một tô lớn, kết hợp couscous đã nấu chín với hỗn hợp đậu xanh và đậu phụ rồi chuyển vào chảo ổ bánh đã chuẩn bị sẵn.

g) Đậy nắp và nướng trong 25 phút. Mở nắp và tiếp tục nướng cho đến khi mặt trên có màu nâu nhạt, lâu hơn khoảng 10 phút.

h) Để ở nhiệt độ phòng trong 15 phút rồi cắt lát và phục vụ.

40. Cà tím với quinoa

THÀNH PHẦN:
- 2 quả cà tím, luộc
- 1 chén Quinoa, nấu chín
- 1 củ hành tây nhỏ
- 2 tép tỏi; băm nhỏ
- 1 quả ớt poblano
- 1 quả chuối hoặc hạt tiêu Hungary
- $\frac{1}{2}$ cốc Cà chua xay nhuyễn hoặc sốt cà chua
- Tươi hạt tiêu và muối cho vừa ăn
- $\frac{1}{4}$ cốc quả óc chó xay
- 1 chén đậu xanh nấu chín
- Bột mì Pinch và bột gluten

HƯỚNG DẪN:

a) Cắt nhỏ phần bên trong của cà tím và để sang một bên để xào.

b) Trong một chảo lớn, thêm nước và đun nóng trên lửa vừa. Sau đó cho hành tây, tỏi, ớt và cà tím vào bên trong rồi xào, thêm một chút nước nếu cần.

c) Sau đó thêm cà chua xay nhuyễn, muối, hạt tiêu, quả óc chó và đậu xanh.

d) Đậy nắp và đun nhỏ lửa trong khoảng 5 phút, thỉnh thoảng khuấy đều. Thêm quinoa nấu chín, bột mì và bột gluten vào xào rau và khuấy đều. Đổ hỗn hợp quinoa vào vỏ cà tím. Nướng.

41. Penne với đậu xanh và rau bina

THÀNH PHẦN:
- 1 củ hành vàng vừa, bóc vỏ và thái hạt lựu
- 4 tép tỏi, bóc vỏ và băm nhỏ
- $\frac{1}{2}$ chén rượu trắng khô
- 6 Cà chua phơi nắng, ngâm nước nóng, để ráo nước rồi cắt nhỏ
- $\frac{1}{2}$ pound rau bina non (đóng gói khoảng 3 cốc)
- $\frac{1}{4}$ chén thì là xắt nhỏ
- 2 chén đậu xanh nấu chín, hoặc một lon 15 ounce, để ráo nước và rửa sạch
- Muối và hạt tiêu đen mới xay
- 12 ounce penne ngũ cốc nguyên hạt, nấu chín, để ráo nước và giữ ấm
- Muối và hạt tiêu đen mới xay cho vừa ăn

HƯỚNG DẪN:
a) Đặt hành tây vào chảo hoặc chảo lớn và xào trên lửa vừa trong 10 phút.

b) Mỗi lần cho từ 1 đến 2 thìa nước vào để không bị dính chảo. Thêm tỏi và nấu trong 3 phút.

c) Thêm rượu vang trắng và cà chua phơi nắng vào rồi nấu cho đến khi gần như toàn bộ chất lỏng bay hơi hết.

d) Thêm rau bina, thì là và đậu xanh vào nấu cho đến khi rau bina héo. Hủy bỏ khỏi nhiệt.

e) Thêm mì ống đã nấu chín vào, trộn đều và nêm muối và hạt tiêu.

42. Bánh đậu xanh

THÀNH PHẦN:
- 1 lon đậu xanh lớn
- 3 muỗng canh hạt lanh xay
- ½ cốc nước lạnh
- 1 muỗng canh dầu
- 1 củ hành tây, thái hạt lựu
- Xịt dầu thực vật, nếu cần
- Một lon đậu xanh (garbanzos) 25 ounce, để ráo nước và rửa sạch
- ¼ chén Sốt thịt nướng Chipotle hoặc Sốt Adobo mịn
- 2 muỗng canh tinh bột khoai tây
- 1 chén bánh quy giòn nghiền nát, chẳng hạn như muối
- ¼ chén ô liu đen xắt nhỏ
- ½ chén quả óc chó hoặc quả hồ đào nướng nhẹ

HƯỚNG DẪN:
a) Trộn hạt lanh và nước lạnh trong máy xay hoặc bằng máy xay cầm tay. Pha trộn ở mức cao cho đến khi kết cấu rất dày.

b) Đun nóng chảo nặng trên lửa vừa. Thêm dầu và hành vào và khuấy đều. Đậy nắp trực tiếp lên hành và đổ mồ hôi cho đến khi hành trong suốt. Mở nắp và tiếp tục nấu cho đến khi hành tây có màu nâu.

c) Trong khi đó, làm nóng lò ở nhiệt độ 350 độ. Bôi dầu vào chảo ổ bánh mì hoặc lót nó bằng giấy da. Kết hợp đậu xanh và nước sốt trong một tô lớn. Nghiền kỹ đậu xanh bằng máy nghiền khoai tây. Rắc tinh bột khoai tây và bánh quy giòn lên đậu xanh. Khuấy đều, sau đó thêm ô liu và các loại hạt. Khi mọi thứ đã hòa quyện, cho hỗn hợp hạt lanh-nước vào khuấy đều.

d) Nhấn hỗn hợp vào chảo ổ bánh mì. Nướng trong 1 giờ hoặc cho đến khi có màu nâu ở trên. Lấy ổ bánh ra khỏi lò rồi ra khỏi chảo. Nếu ổ bánh mì cần nấu thêm, bạn có thể đặt nó lên khay nướng pizza và cho vào lò nướng lại trong vài phút.

e) Khi hoàn tất, hãy để yên trong 15-20 phút trước khi cắt. Rưới nước xốt, sốt cà chua hoặc sốt adobo yêu thích của bạn lên trên.

43. Lasagna đậu xanh rau chân vịt

THÀNH PHẦN:
- 9 mì lasagna
- 1 muỗng canh dầu ô liu
- 1 củ hành tây, thái hạt lựu
- 2 tép tỏi, băm nhỏ
- 2 lon (15 ounce mỗi lon) đậu xanh, để ráo nước và rửa sạch
- 1 lon (14 ounce) cà chua thái hạt lựu
- 2 chén nước sốt cà chua
- 2 chén rau bina tươi
- 1 muỗng cà phê húng quế khô
- 1 thìa cà phê lá oregano khô
- Muối và hạt tiêu cho vừa ăn
- 2 chén phô mai mozzarella cắt nhỏ (thuần chay, nếu muốn)
- Lá mùi tây tươi để trang trí

HƯỚNG DẪN:
a) Làm nóng lò nướng của bạn ở nhiệt độ 375°F (190°C).

b) Nấu mì lasagna theo hướng dẫn trên bao bì. Xả và đặt sang một bên.

c) Trong chảo lớn, đun nóng dầu ô liu trên lửa vừa.

d) Thêm hành tây thái hạt lựu và tỏi băm vào chảo và xào cho đến khi mềm.

e) Thêm đậu xanh, cà chua thái hạt lựu, sốt cà chua, rau bina tươi, húng quế khô, lá oregano khô, muối và hạt tiêu vào chảo. Khuấy đều để kết hợp.

f) Đun nhỏ lửa hỗn hợp trong khoảng 10 phút để các hương vị hòa quyện với nhau và rau bina sẽ héo.

g) Trong đĩa nướng 9x13 inch đã phết mỡ, xếp lớp mì lasagna và hỗn hợp đậu xanh-rau bina. Lặp lại các lớp cho đến khi hết nguyên liệu, kết thúc bằng một lớp phô mai ở trên.

h) Đậy đĩa nướng bằng giấy bạc và nướng trong lò làm nóng trước trong 25 phút.

i) Lấy giấy bạc ra và nướng thêm 10 phút hoặc cho đến khi phô mai tan chảy và sủi bọt.

j) Để lasagna nguội vài phút trước khi dùng.
k) Trang trí với lá mùi tây tươi.

44.Pastitsio

THÀNH PHẦN:

- 3 chén đậu xanh nấu chín, để ráo nước và rửa sạch
- 12 ounce mì ống khuỷu tay
- 1 muỗng canh dầu ô liu
- 1 củ hành vàng vừa, xắt nhỏ
- 2 tép tỏi, xắt nhỏ
- 1 (10 ounce) gói rau bina cắt nhỏ đông lạnh, rã đông
- 1/2 muỗng cà phê lá oregano khô
- 1/2 muỗng cà phê quế xay
- 1/2 muỗng cà phê bạc hà khô
- 1/4 chén rượu trắng khô
- 2 chén nước sốt marinara
- 2 muỗng canh rau mùi tây lá phẳng tươi xắt nhỏ
- Muối và hạt tiêu đen mới xay
- 2 chén nước sốt trắng thuần chay
- 1/2 chén hạt thông xắt nhỏ

HƯỚNG DẪN

a) Trong máy xay thực phẩm, xay đậu xanh cho đến khi cắt nhỏ và đặt sang một bên.

b) Trong nồi nước sôi có muối, nấu mì ống trên lửa vừa cao, thỉnh thoảng khuấy cho đến khi chín, khoảng 8 phút. Xả tốt và đặt sang một bên. Làm nóng lò ở nhiệt độ 375°F. Thoa nhẹ dầu vào đĩa nướng 9 x 13 inch và đặt sang một bên.

c) Trong chảo lớn, đun nóng dầu trên lửa vừa. Thêm hành tây và tỏi, đậy nắp và nấu cho đến khi mềm khoảng 5 phút. Khuấy rau bina, đậu xanh cắt nhỏ, lá oregano, quế, bạc hà và rượu rồi đun nhỏ lửa, không đậy nắp trong 3 phút. Khuấy nước sốt cà chua, rau mùi tây, muối và hạt tiêu cho vừa ăn. Nấu trên lửa nhỏ trong 10 phút để hòa quyện hương vị.

d) Trải một nửa số mì ống đã nấu chín vào đĩa nướng đã chuẩn bị sẵn và phết nước sốt cà chua-đậu xanh lên trên. Trải phần mì ống còn lại lên trên sốt cà chua-đậu xanh và phủ nước sốt trắng lên trên mì ống. Rắc hạt thông.

e) Che bằng giấy bạc và nướng trong 30 phút. Đậy nắp và nướng thêm 10 phút nữa. Để yên ở nhiệt độ phòng trong 10 phút trước khi dùng.

45. Fajitas với Microgreen & Đậu xanh

THÀNH PHẦN:
- 3 quả ớt chuông, cắt thành dải
- $\frac{1}{4}$ thìa cà phê thì là
- 1 thìa cà phê muối biển mịn
- 3 muỗng canh dầu ô liu
- 1 thìa ớt bột
- 2 chén đậu xanh nấu chín
- $\frac{1}{2}$ thìa cà phê bột tỏi
- 1 củ hành vàng, cắt thành dải
- 8 bánh ngô

HAI TRANG TRÍ
- Một nắm rau mùi tươi
- 1 muỗng canh nước sốt nóng

HƯỚNG DẪN:
a) Làm nóng lò ở nhiệt độ 450 độ.
b) Xếp các dải tiêu và hành tây lên khay nướng có lót giấy cùng với đậu xanh.
c) Rắc dầu ô liu rồi rắc bột ớt, bột tỏi, thì là và muối.
d) Nướng trong 20 phút, khuấy thường xuyên.
e) Ăn kèm với bánh ngô, rau xanh ngò tươi và nước sốt nóng.

46. Tacos đậu xanh giòn

THÀNH PHẦN:

- 6 bánh ngô hoặc bột mì
- Một lon đậu xanh 15 ounce, rửa sạch và để ráo nước
- $\frac{1}{2}$ thìa cà phê bột ớt neo
- 3 chén bắp cải xanh thái nhỏ
- 1 cốc cà rốt thái nhỏ
- $\frac{1}{2}$ chén hành đỏ thái mỏng
- $\frac{1}{2}$ chén ớt poblano bỏ hạt và thái hạt lựu nhỏ
- $\frac{1}{2}$ chén hành lá thái lát
- $\frac{1}{4}$ chén ngò tươi xắt nhỏ
- $\frac{1}{4}$ cốc đậu hũ hạt điều mayonnaise 1 khẩu phần
- 2 thìa nước cốt chanh $\frac{1}{4}$ thìa muối biển
- 1 quả bơ, bỏ hạt và thái lát
- 1 thìa tương Sriracha

HƯỚNG DẪN:

a) Làm nóng lò ở nhiệt độ 375°F.

b) Tạo hình bánh ngô bằng cách đặt chúng vào tô chống dính an toàn với lò nướng và nướng trong lò cho đến khi giòn, từ 5-10 phút.

c) Trong một tô trộn lớn, dùng nĩa đập đậu xanh và rắc bột ớt.

d) Thêm bắp cải, cà rốt, hành tím, ớt poblano, hành lá, ngò, sốt mayonnaise và nước cốt chanh.

e) Trộn kỹ, thêm muối.

f) Chia hỗn hợp salad vào các bát taco và phủ bơ cắt lát lên trên. Thêm Sriracha nếu bạn thích món tacos cay.

47. Thịt cừu dhansak

THÀNH PHẦN:

- ¾ chén đậu lăng vàng
- 2 thìa cà phê đậu xanh khô
- 2 thìa đậu xanh khô
- 3 thìa đậu lăng đỏ
- 1 quả cà tím chưa gọt vỏ
- 5½ oz bí ngô chưa gọt vỏ
- 2 muỗng canh ghee hoặc dầu
- 1 củ hành tây, thái nhỏ
- 3 tép tỏi, nghiền nát
- 1 muỗng canh gừng xay
- 2 lb chân hoặc vai cừu không xương, giường cu
- 1 thanh quế
- 5 quả bạch đậu khấu, bầm tím
- 3 tép tỏi
- 1 muỗng canh rau mùi đất
- 1 thìa cà phê bột nghệ
- 1 thìa cà phê ớt bột, hoặc tùy khẩu vị
- 5½ oz lá rau dền hoặc rau bina Anh, cắt thành đoạn dài 5 cm
- 2 quả cà chua, giảm một nửa
- 2 quả ớt xanh dài, bỏ hạt, tách theo chiều dọc
- 3 thìa nước cốt chanh

HƯỚNG DẪN:

a) Đậu lăng vàng, đậu xanh, đậu xanh ngâm trong nước khoảng 2 giờ rồi vớt ra để ráo nước.

b) Cho cả bốn loại mạch vào nồi, thêm nước, đậy nắp và đun sôi.

c) Mở nắp và đun nhỏ lửa trong 15 phút, hớt bỏ cặn bám trên bề mặt và thỉnh thoảng khuấy để đảm bảo tất cả các hạt đều chín ở tốc độ như nhau và mềm. Để ráo các xung và nghiền nhẹ chúng để có kết cấu tương tự.

d) Nấu cà tím và bí ngô trong nước sôi khoảng 10-15 phút hoặc cho đến khi mềm. Múc thịt bí ngô ra và cắt thành từng miếng. Gọt vỏ cà tím cẩn thận và cắt thịt thành từng miếng nhỏ.

e) Đun nóng ghee hoặc dầu trong đĩa thịt hầm hoặc karahi rồi xào hành tây, tỏi và gừng trong 5 phút hoặc cho đến khi có màu nâu nhạt và mềm. Thêm thịt cừu và nâu trong 10 phút hoặc cho đến khi có mùi thơm.

f) Thêm quế, vỏ bạch đậu khấu, đinh hương, rau mùi, nghệ và bột ớt vào xào trong 5 phút để hương vị lan tỏa. Thêm nước, đậy nắp và đun nhỏ lửa trong 40 phút hoặc cho đến khi thịt cừu mềm.

g) Thêm đậu lăng nghiền và tất cả các loại rau sống và nấu chín vào chảo.

h) Thêm nước cốt chanh và đun nhỏ lửa trong 15 phút.

i) Khuấy đều, sau đó kiểm tra gia vị. Dhansak phải có hương vị, thơm, chua và cay.

48. Bắt chước quả bóng chay Ikea

THÀNH PHẦN:
- 1 lon Đậu xanh, đóng hộp
- 1 chén rau chân vịt đông lạnh
- 3 củ cà rốt
- ½ quả ớt chuông
- ½ cốc ngô ngọt đóng hộp
- 1 chén đậu xanh
- 1 củ hành tây
- 3 tép tỏi
- 1 chén bột yến mạch
- 1 muỗng canh dầu ô liu
- đồ gia vị

HƯỚNG DẪN:
a) Cho tất cả các loại rau vào máy xay thực phẩm và xay cho đến khi thái nhỏ.
b) Bây giờ, thêm rau bina tươi hoặc đông lạnh nhưng đã rã đông, cây xô thơm khô và rau mùi tây khô.
c) Thêm đậu xanh đóng hộp & Pulse cho đến khi chúng hòa quyện.
d) Trộn và nấu trong 1-2 phút.
e) Để làm những quả bóng chay, múc một quả bóng và tạo hình nó bằng tay.
f) Đặt các quả bóng lên giấy da hoặc khay nướng.
g) Nướng chúng trong 20 phút cho đến khi chúng có lớp vỏ giòn.

49. Garbanzo Parsnip Gnocchi với lựu

THÀNH PHẦN:

- 2 chén đậu garbanzo nấu chín (đậu xanh), để ráo nước và rửa sạch
- 1 chén củ cải nấu chín, nghiền
- 1 ½ chén bột mì đa dụng
- ¼ chén men dinh dưỡng (tùy chọn, để tăng thêm hương vị)
- 1 thìa cà phê muối
- ½ thìa cà phê bột tỏi
- ¼ thìa cà phê tiêu đen
- Dầu ô liu (để nấu ăn)
- Lựa chọn nước sốt của bạn (ví dụ: marinara, pesto) để phục vụ
- Hạt lựu (để ăn)

HƯỚNG DẪN:

a) Trong một tô trộn lớn, trộn đậu garbanzo đã nấu chín và rau mùi tây nghiền. Nghiền chúng lại với nhau bằng máy nghiền khoai tây hoặc nĩa cho đến khi kết hợp tốt.

b) Cho bột mì, men dinh dưỡng (nếu dùng), muối, bột tỏi, tiêu đen vào tô. Khuấy đều để kết hợp và tạo thành bột.

c) Phủi bột mì lên một bề mặt sạch rồi chuyển bột gnocchi lên đó. Nhào bột nhẹ nhàng trong vài phút cho đến khi bột mịn và dẻo. Hãy cẩn thận đừng nhào quá tay.

d) Chia bột thành những phần nhỏ hơn. Lấy một phần và cuộn nó thành một sợi dây dài dày khoảng ½ inch. Lặp lại với số bột còn lại.

e) Dùng dao hoặc dao cạo để cắt dây thành từng đoạn nhỏ, dài khoảng 1 inch. Bạn có thể để nguyên hoặc sử dụng mặt sau của một chiếc nĩa để tạo các đường gờ trên mỗi miếng.

f) Đun sôi một nồi nước muối lớn. Thêm gnocchi theo từng đợt, cẩn thận không để quá nhiều trong nồi. Nấu gnocchi trong khoảng 2-3 phút hoặc cho đến khi chúng nổi lên bề mặt. Khi chúng nổi lên, nấu thêm 1 phút rồi vớt chúng ra bằng thìa có rãnh hoặc lưới lọc hình nhện. Lặp lại cho đến khi tất cả gnocchi được nấu chín.

g) Đun nóng một ít dầu ô liu trong chảo trên lửa vừa. Thêm gnocchi đã nấu chín thành một lớp và nấu trong vài phút cho đến khi chúng có màu nâu nhạt và giòn. Lật chúng lại và nấu thêm một hoặc hai phút nữa. Lặp lại với gnocchi còn lại.

h) Phục vụ Garbanzo Parsnip Gnocchi nóng với lựa chọn nước sốt của bạn, chẳng hạn như marinara hoặc pesto.

i) Bạn cũng có thể thêm một ít phô mai Parmesan bào, hạt lựu và các loại thảo mộc tươi để trang trí nếu muốn.

50. xanh thuần chay ' Cá ngừ '

THÀNH PHẦN:
- 15 ounce đậu xanh đóng hộp, hoặc 1 và $\frac{1}{2}$ chén đậu xanh nấu chín
- $\frac{1}{4}$ cốc Mayonnaise thuần chay
- 1 tấm Nori thái nhỏ
- $\frac{1}{4}$ chén hành đỏ thái nhỏ
- 1 thìa nước cốt chanh
- 10 nụ bạch hoa thái nhỏ
- $\frac{1}{2}$ muỗng cà phê bột tỏi
- 1 muỗng canh men dinh dưỡng
- 1 muỗng canh Tamari hoặc nước tương
- $\frac{1}{2}$ muỗng canh mù tạt Dijon
- $\frac{1}{2}$ muỗng cà phê giấm trắng
- Rắc muối biển
- Rắc tiêu đen xay

HƯỚNG DẪN
- Thêm đậu xanh vào tô trộn và nghiền chúng bằng nĩa.
- Thêm sốt mayonnaise thuần chay, rong biển nori thái nhỏ, hành đỏ thái nhỏ, nước cốt chanh, nụ bạch hoa thái nhỏ, bột tỏi, men dinh dưỡng, tamari, mù tạt Dijon, giấm trắng, muối và tiêu.
- Nếm thử và thêm muối và hạt tiêu nếu cần.
- Trộn vào và bạn đã sẵn sàng phục vụ!

51. Thịt cừu và rau răm với đậu xanh

THÀNH PHẦN:

- 3 muỗng canh dầu ô liu
- 1 củ hành tây, thái hạt lựu
- 1 muỗng canh rau mùi đất
- ½ thìa thì là xay
- 1 kg thịt cừu nạc, thái hạt lựu
- 1 ½ thìa bột cà chua
- 30 gram bột ớt đỏ
- ½ chén đậu lăng xanh ngâm qua đêm
- ¾ chén đậu gà ngâm qua đêm
- ½ chén đậu mắt đen, ngâm qua đêm
- ½ cốc bulgar thô
- 4 tép tỏi, băm nhỏ
- 4 cốc nước luộc rau
- 1 kg Purslane, cải xoong hoặc củ cải bạc, rửa sạch và cắt nhỏ
- Muối biển cho vừa ăn
- 2 quả chanh, chỉ lấy nước cốt
- 4 muỗng canh dầu ô liu
- 1 muỗng cà phê ớt mảnh
- 2 thìa cà phê bạc hà khô

HƯỚNG DẪN:

a) Đun nóng dầu ô liu cho đến khi bốc khói rồi cho hành tây vào xào cho đến khi vàng.

b) Thêm rau mùi và thì là vào trộn nhanh với hành tây cho đến khi có mùi thơm rồi cho thịt cừu vào nấu trên lửa lớn cho đến khi thịt chín bên ngoài, khoảng 5 phút.

c) Thêm đậu lăng, đậu xanh và đậu mắt đen vào đun nhỏ lửa trong 25 phút.

d) Thêm tỏi và bulgar vào trộn đều, thêm 2 cốc nước rồi tiếp tục đun nhỏ lửa trong khoảng 20 phút.

e) Nêm nếm vừa ăn rồi thêm rau xanh xắt nhỏ vào rồi trộn đều để rau héo, nấu thêm hai phút nữa.

f) Để làm dầu có hương vị, đun nóng dầu với ớt và bạc hà cho đến khi dầu bắt đầu kêu xèo xèo.
g) Để phục vụ, hãy chia món thịt hầm ra các món ăn và rưới khoảng một thìa dầu nóng lên trên.

52. Basmati & Cơm hoang dã với đậu xanh, nho và thảo mộc

THÀNH PHẦN:

- ⅓ cốc / 50 g gạo tẻ
- 2½ muỗng canh dầu ô liu
- làm tròn 1 cốc / 220 g gạo basmati
- 1½ cốc / 330 ml nước sôi
- 2 muỗng cà phê hạt thì là
- 1½ muỗng cà phê bột cà ri
- 1½ cốc / 240 g đậu xanh nấu chín và để ráo nước (đóng hộp cũng được)
- ¾ cốc/180ml dầu hướng dương
- 1 củ hành vừa, thái lát mỏng
- 1½ muỗng cà phê bột mì đa dụng
- ⅔ cốc / 100 g nho
- 2 muỗng canh rau mùi tây lá phẳng xắt nhỏ
- 1 muỗng canh rau mùi xắt nhỏ
- 1 muỗng canh thì là xắt nhỏ
- muối và hạt tiêu đen mới xay

HƯỚNG DẪN:

a) Bắt đầu bằng cách cho gạo nếp vào nồi nhỏ, đổ nhiều nước, đun sôi rồi để lửa nhỏ trong khoảng 40 phút cho đến khi gạo chín nhưng vẫn khá cứng. Xả và đặt sang một bên.

b) Để nấu cơm basmati, đổ 1 thìa dầu ô liu vào nồi vừa có nắp đậy kín và đặt trên lửa cao.

c) Thêm gạo và ¼ thìa cà phê muối vào rồi khuấy đều khi hâm nóng cơm.

d) Cẩn thận thêm nước sôi, giảm nhiệt xuống rất thấp, đậy nắp bằng nắp và để nấu trong 15 phút.

e) Lấy chảo ra khỏi bếp, dùng khăn sạch đậy lại rồi đậy nắp lại và tắt bếp trong 10 phút.

f) Trong khi nấu cơm, chuẩn bị đậu xanh. Đun nóng 1½ muỗng canh dầu ô liu còn lại trong chảo nhỏ trên lửa cao. Thêm hạt thì là và bột cà ri, đợi vài giây, sau đó thêm đậu xanh và ¼ thìa cà phê muối; hãy đảm bảo bạn thực hiện việc này nhanh chóng nếu không gia vị có thể bị cháy trong dầu. Khuấy trên lửa trong một hoặc hai phút, chỉ để làm nóng đậu xanh, sau đó chuyển sang tô trộn lớn.

g) Lau sạch chảo, đổ dầu hướng dương vào rồi đun trên lửa lớn. Đảm bảo dầu nóng bằng cách cho một miếng hành tây nhỏ vào; nó sẽ kêu xèo xèo mạnh mẽ. Dùng tay trộn nhẹ hành với bột mì cho ngấm đều. Lấy một ít hành tây và cẩn thận (nó có thể nhổ!) đặt nó vào dầu. Chiên khoảng 2 đến 3 phút cho đến khi chín vàng thì chuyển ra giấy thấm dầu cho ráo nước và rắc muối. Lặp lại theo từng mẻ cho đến khi tất cả hành tây được chiên chín.

h) Cuối cùng, cho cả hai loại gạo vào đậu xanh rồi thêm nho, rau thơm và hành tây chiên. Khuấy, nếm và thêm muối và hạt tiêu tùy thích. Thưởng thức khi còn nóng hoặc ở nhiệt độ phòng.

53. Cơm dai, bắp cải và đậu xanh

THÀNH PHẦN:

- ½ chén cơm hoang
- 1 củ hành vừa, bóc vỏ và thái hạt lựu nhỏ
- 1 củ cà rốt vừa, gọt vỏ và xay
- 1 quả ớt chuông đỏ nhỏ, bỏ hạt và thái hạt lựu nhỏ
- 3 tép tỏi, bóc vỏ và băm nhỏ
- 1 muỗng canh gừng xay
- 1½ chén bắp cải xanh xắt nhỏ
- 1 chén đậu xanh nấu chín
- 1 bó hành lá (phần trắng và xanh), thái lát mỏng
- 3 muỗng canh rau mùi xắt nhỏ
- Muối và hạt tiêu đen mới xay cho vừa ăn

HƯỚNG DẪN

a) Đun sôi 2 cốc nước trong nồi lớn. Thêm gạo vào và đun sôi lại nước ở lửa lớn.

b) Giảm nhiệt xuống mức vừa và nấu cơm, đậy nắp trong 55 đến 60 phút. Xả hết nước thừa và đặt sang một bên.

c) Đun nóng chảo lớn trên lửa vừa. Thêm hành tây, cà rốt và ớt đỏ vào xào rau trong 10 phút. Mỗi lần thêm nước từ 1 đến 2 thìa để rau không bị dính vào chảo. Thêm tỏi và gừng và nấu thêm một phút nữa.

d) Thêm bắp cải và nấu trong 10 đến 12 phút hoặc cho đến khi bắp cải mềm. Thêm đậu xanh, hành lá và ngò.

e) Nêm muối và hạt tiêu rồi nấu thêm một phút nữa cho đậu xanh nóng.

f) Tắt bếp, thêm gạo nếp đã nấu chín vào và trộn đều.

54. Tagine đậu xanh Ma-rốc

THÀNH PHẦN:

- 2 muỗng canh dầu ô liu
- 1 củ hành tây, thái hạt lựu
- 3 tép tỏi, băm nhỏ
- 1 thìa cà phê thì là xay
- 1 thìa cà phê rau mùi đất
- $\frac{1}{2}$ muỗng cà phê quế xay
- $\frac{1}{2}$ muỗng cà phê gừng xay
- $\frac{1}{4}$ thìa cà phê ớt cayenne (tùy chọn, để dùng nóng)
- 1 lon (14 ounce) cà chua thái hạt lựu
- 2 chén đậu xanh nấu chín (hoặc 1 lon, để ráo nước và rửa sạch)
- 1 chén nước luộc rau
- 1 cốc cà rốt thái hạt lựu
- 1 chén khoai tây thái hạt lựu
- $\frac{1}{2}$ cốc mơ khô cắt nhỏ
- $\frac{1}{4}$ chén ngò tươi xắt nhỏ (cộng thêm nhiều hơn để trang trí)
- Muối và hạt tiêu cho vừa ăn

HƯỚNG DẪN:

a) Trong nồi lớn hoặc tagine, đun nóng dầu ô liu trên lửa vừa. Thêm hành tây thái hạt lựu và tỏi băm vào xào cho đến khi hành tây trở nên trong suốt và có mùi thơm.

b) Thêm thì là xay, rau mùi xay, quế xay, gừng xay và ớt cayenne (nếu dùng) vào nồi. Khuấy đều để hành và tỏi thấm gia vị.

c) Đổ cà chua thái hạt lựu (cùng với nước ép của chúng) vào và khuấy đều để kết hợp với gia vị.

d) Thêm đậu xanh nấu chín, nước luộc rau, cà rốt thái hạt lựu, khoai tây thái hạt lựu và mơ khô cắt nhỏ vào nồi. Khuấy để kết hợp tất cả các thành phần.

e) Đun sôi hỗn hợp, sau đó giảm nhiệt xuống thấp. Đậy nắp nồi và đun nhỏ lửa trong khoảng 45 phút đến 1 giờ hoặc cho đến khi rau mềm và hương vị hòa quyện với nhau.

f) Khuấy rau mùi tươi cắt nhỏ và nêm muối và hạt tiêu cho vừa ăn.
g) Đun nhỏ lửa tagine thêm 5 phút để hương vị hòa quyện.
h) Phục vụ món Chickpea Tagine của Ma-rốc trong bát, trang trí thêm với rau mùi tươi cắt nhỏ.

55. Cơm thập cẩm Nohutlu

THÀNH PHẦN:
- 1 chén đậu xanh
- 2 chén gạo hạt ngắn
- Nước nóng để ngập cơm
- 1 thìa cà phê muối
- 3 chén nước luộc gà
- 4 thìa bơ
- Muối hai chìa khóa
- Tiêu hai phím

HƯỚNG DẪN:

a) Đặt đậu xanh vào chảo và phủ bằng nước lạnh. Ngâm qua đêm.

b) Ngày hôm sau, xả nước và phủ lại đậu xanh bằng nước. Đặt lên bếp, đun sôi, sau đó giảm nhiệt để đun nhỏ lửa và nấu đậu xanh cho đến khi mềm. Đặt sang một bên để nguội. Xả đậu xanh và loại bỏ vỏ bằng ngón tay càng nhiều càng tốt.

c) Ngâm gạo trong nước nóng nhưng không sôi với một thìa muối. Khi nguội, vớt ra và rửa sạch dưới vòi nước lạnh cho đến khi nước trong.

d) Đun sôi nước kho, thêm đậu xanh và bơ. Khi sôi cho gạo và một thìa muối vào khuấy đều. Che và giảm nhiệt xuống thấp.

e) Đun nhỏ lửa cho đến khi gạo thấm hết chất lỏng, khoảng 20 phút. Các lỗ nhỏ sẽ xuất hiện trên bề mặt gạo khi chất lỏng được hấp thụ.

f) Tắt bếp và lót vài lớp khăn giấy dưới nắp rồi đậy nắp lại. Dành khoảng 10-15 phút. Trước khi dùng, trộn nhẹ nhàng để cơm tơi xốp. Rắc hạt tiêu đen nếu muốn.

56. Enchiladas đậu xanh thuần chay

THÀNH PHẦN:

- 2 lon (mỗi 15 oz) đậu xanh, để ráo nước và rửa sạch
- 1 củ hành tây, xắt nhỏ
- 2 tép tỏi, băm nhỏ
- 1 lon (10 oz) sốt enchilada đỏ
- 8-10 bánh ngô
- 1 chén phô mai cheddar cắt nhỏ thuần chay
- Muối và hạt tiêu, hai vị

HƯỚNG DẪN:

a) Làm nóng lò ở nhiệt độ 350°F.
b) Trong chảo lớn, nấu hành và tỏi trên lửa vừa cho đến khi mềm.
c) Thêm đậu xanh vào chảo và khuấy đều.
d) Khuấy nước sốt enchilada đỏ và nêm muối và hạt tiêu cho vừa ăn.
e) Rưới một lượng nhỏ hỗn hợp đậu xanh lên từng chiếc bánh tortilla và cuộn chặt lại.
f) Đặt mặt đường bánh ngô đã cuộn lại xuống khay nướng 9x13 inch.
g) Rắc phô mai sợi thuần chay và nướng trong 20-25 phút cho đến khi phô mai tan chảy và sủi bọt.

57. Socca với hành tây caramel và hương thảo

THÀNH PHẦN:
SOCCA
- 1½ cốc nước
- 1⅓ cốc (6 ounce) bột đậu xanh
- ¼ chén dầu ô liu nguyên chất, chia
- 1 thìa cà phê muối ăn
- ¼ thìa cà phê thì là xay

PHỦ BÊN TRÊN THỨC ĂN
- 2 muỗng canh dầu ô liu nguyên chất, cộng thêm để làm mưa phùn
- 2 chén hành tây thái mỏng
- ½ muỗng cà phê muối ăn
- 1 muỗng cà phê hương thảo tươi xắt nhỏ
- Muối biển thô

HƯỚNG DẪN:
ĐỐI VỚI SOCCA
a) Điều chỉnh giá đỡ lò ở vị trí giữa và làm nóng lò ở 200 độ. Đặt giá lưới vào khay nướng có viền và cho vào lò nướng để làm nóng trước. Đánh đều nước, bột mì, 4 thìa cà phê dầu, muối và thì là vào tô cho đến khi không còn vón cục. Để bột nghỉ trong khi chuẩn bị lớp phủ, ít nhất 10 phút.

ĐỐI VỚI TOPPING
b) Đun nóng dầu trong chảo chống dính 10 inch trên lửa vừa cao cho đến khi bốc khói.

c) Thêm hành tây và muối vào rồi nấu cho đến khi hành tây bắt đầu có màu nâu xung quanh các cạnh nhưng vẫn còn chút kết cấu, khoảng 7 đến 10 phút.

d) Thêm hương thảo và nấu cho đến khi có mùi thơm, khoảng 1 phút. Chuyển hỗn hợp hành tây vào bát; để qua một bên. Lau sạch chảo bằng khăn giấy.

e) Đun nóng 2 muỗng cà phê dầu trong chảo rỗng trên lửa vừa cao cho đến khi bốc khói.

f) Nhấc chảo ra khỏi lửa và đổ ½ cốc bột vào mặt kia của chảo; Xoay nhẹ nhàng theo chiều kim đồng hồ cho đến khi bột phủ đều đáy chảo.

g) Đun nóng chảo và nấu socca mà không di chuyển cho đến khi chín vàng và giòn xung quanh mép đáy, từ 3 đến 4 phút (bạn có thể nhìn vào mặt dưới của socca bằng cách dùng thìa cao su chịu nhiệt nới lỏng nó ra khỏi thành chảo).

h) Lật socca bằng thìa cao su và nấu cho đến khi mặt thứ hai vừa chín, khoảng 1 phút.

i) Chuyển socca, mặt đã chín vàng lên trên giá lưới đã chuẩn bị sẵn trong lò. Lặp lại 3 lần nữa, dùng 2 thìa cà phê dầu và ½ cốc bột mỗi mẻ.

j) Chuyển socca vào thớt và cắt từng miếng thành từng miếng. Dọn ra, rắc hành xào lên trên, rưới thêm dầu và rắc muối biển.

58. Basmati & Cơm hoang dã với đậu xanh, nho và thảo mộc

THÀNH PHẦN:

- ⅓ cốc / 50 g gạo tẻ
- 2½ muỗng canh dầu ô liu
- làm tròn 1 cốc / 220 g gạo basmati
- 1½ cốc / 330 ml nước sôi
- 2 muỗng cà phê hạt thì là
- 1½ muỗng cà phê bột cà ri
- 1½ cốc / 240 g đậu xanh nấu chín và để ráo nước (đóng hộp cũng được)
- ¾ cốc/180ml dầu hướng dương
- 1 củ hành vừa, thái lát mỏng
- 1½ muỗng cà phê bột mì đa dụng
- ⅔ cốc / 100 g nho
- 2 muỗng canh rau mùi tây lá phẳng xắt nhỏ
- 1 muỗng canh rau mùi xắt nhỏ
- 1 muỗng canh thì là xắt nhỏ
- muối và hạt tiêu đen mới xay

HƯỚNG DẪN

i) Bắt đầu bằng cách cho gạo nếp vào nồi nhỏ, đổ nhiều nước, đun sôi rồi để lửa nhỏ trong khoảng 40 phút cho đến khi gạo chín nhưng vẫn khá cứng. Xả và đặt sang một bên.

j) Để nấu cơm basmati, đổ 1 thìa dầu ô liu vào nồi vừa có nắp đậy kín và đặt trên lửa cao. Thêm gạo và ¼ thìa cà phê muối vào rồi khuấy đều khi hâm nóng cơm. Cẩn thận thêm nước sôi, giảm nhiệt xuống rất thấp, đậy nắp bằng nắp và để nấu trong 15 phút.

k) Lấy chảo ra khỏi bếp, dùng khăn sạch đậy lại rồi đậy nắp lại và tắt bếp trong 10 phút.

l) Trong khi nấu cơm, chuẩn bị đậu xanh. Đun nóng 1½ muỗng canh dầu ô liu còn lại trong chảo nhỏ trên lửa cao. Thêm hạt thì là và bột cà ri, đợi vài giây, sau đó thêm đậu xanh và ¼ thìa cà phê muối; hãy đảm bảo bạn thực hiện việc này nhanh chóng nếu không gia vị có thể bị cháy trong dầu. Khuấy trên lửa trong một hoặc hai phút, chỉ để làm nóng đậu xanh, sau đó chuyển sang tô trộn lớn.

m) Lau sạch chảo, đổ dầu hướng dương vào rồi đun trên lửa lớn. Đảm bảo dầu nóng bằng cách cho một miếng hành tây nhỏ vào; nó sẽ kêu xèo xèo mạnh mẽ. Dùng tay trộn nhẹ hành với bột mì cho ngấm đều. Lấy một ít hành tây và cẩn thận (nó có thể nhỏ!) đặt nó vào dầu. Chiên khoảng 2 đến 3 phút cho đến khi chín vàng thì chuyển ra giấy thấm dầu cho ráo nước và rắc muối. Lặp lại theo từng mẻ cho đến khi tất cả hành tây được chiên chín.

n) Cuối cùng, cho cả hai loại gạo vào đậu xanh rồi thêm nho, rau thơm và hành tây chiên. Khuấy, nếm và thêm muối và hạt tiêu tùy thích. Thưởng thức khi còn nóng hoặc ở nhiệt độ phòng.

Súp và cà ri

59. Súp đậu xanh Margarita Mexico

THÀNH PHẦN:
- ½ chén ớt đỏ thái hạt lựu
- ½ chén ớt xanh thái hạt lựu
- ½ chén hành ngọt thái hạt lựu
- 3 tép tỏi băm nhỏ
- ½ cốc rượu tequila đảm bảo đó là món thuần chay để duy trì món ăn thuần chay này
- 1 muỗng canh nước cốt chanh tươi
- 2 muỗng canh rau mùi tươi xắt nhỏ
- 1 muỗng canh thì là nhãn hiệu Simply Organic
- ¼ muỗng cà phê rau mùi nhãn hiệu Simply Organic
- ¼ thìa cà phê bột chipotle
- 1 ½ muỗng cà phê muối hồng Himalaya chia
- 1 ½ chén đậu xanh khô ngâm qua đêm
- 6 chén nước dùng chay cộng với một ít để xào

TÙY CHỌN HÀNG ĐẦU:
- Bánh ngô cắt thành dải mỏng
- Bơ cắt nhỏ
- Ngò tươi
- Nước cốt chanh tươi

HƯỚNG DẪN:
a) Làm nóng lò ở nhiệt độ 300°F nếu sử dụng lò kiểu Hà Lan.

b) Xào ớt, hành, tỏi trên lửa vừa cho đến khi mềm chỉ với ½ thìa muối rồi dùng nước dùng để xào cho đến khi chín mềm.

c) Thêm rượu tequila, nước cốt chanh và ngò. Nấu cho đến khi chất lỏng giảm đi một nửa, tôi mất khoảng 7-10 phút.

d) Thêm gia vị, phần muối còn lại và đậu xanh đã ngâm sẵn vào và trộn trong khoảng một phút. Sau đó thêm nước dùng.

e) Đun nhỏ lửa, sau đó nếu sử dụng lò Hà Lan, hãy đậy nắp lại và cho vào lò làm nóng trước và để chín từ từ trong 45-60 phút. Kiểm tra sau 45 phút và nếu đậu xanh chưa mềm thì hãy nấu lâu hơn. Bạn có thể để nó lên đến 60 phút để cho nó có thêm hương vị.

f) Nếu bạn đang sử dụng nồi súp thông thường thì khi súp bắt đầu sôi, hãy vặn lửa nhỏ và để súp nấu từ từ, đậy nắp trong 30-60 phút.

g) Sau khi súp chín, bạn cho các dải bánh tortilla vào tô rồi đổ súp lên trên để chúng ngấm và mềm.

h) Top với các lớp phủ tươi tùy ý lựa chọn và thưởng thức.

60. Cà ri đậu xanh, bí ngô và dừa

THÀNH PHẦN:

- 2 muỗng canh bơ dừa
- $\frac{1}{2}$ chén hành tây, thái hạt lựu
- 3 tép tỏi, băm nhỏ
- 1 muỗng canh gừng, nạo
- $2\frac{1}{2}$ chén bí ngô, gọt vỏ và cắt nhỏ
- $2\frac{1}{2}$ muỗng canh bột cà ri đỏ
- lon nước cốt dừa 14 ounce
- 2 chén bông cải xanh, cắt thành bông hoa
- 1 chén đậu xanh đóng hộp
- $\frac{1}{2}$ chén hạt điều, không muối
- 1 muỗng canh nước cốt chanh
- $\frac{1}{4}$ chén rau mùi, xắt nhỏ

HƯỚNG DẪN:

a) Đun nóng bơ dừa trong 1 phút.
b) Thêm hành tây, gừng và tỏi vào xào trong 2 phút hoặc cho đến khi hành mềm, trong suốt và có mùi thơm.
c) Thêm bột cà ri và bí ngô. Nấu thêm 1 phút nữa.
d) Đun sôi hỗn hợp trong khi khuấy đều nước cốt dừa.
e) Che và giảm nhiệt xuống thấp. Bơi trong 15 phút.
f) Thêm bông cải xanh và nấu thêm 5 phút nữa, không đậy nắp.
g) Thêm đậu xanh, hạt điều và nước cốt chanh vào nấu thêm 4 phút nữa .
h) Trước khi phục vụ, trang trí với rau mùi.

61. Cà ri đậu xanh rêu biển

THÀNH PHẦN:

- 2 chén bí đỏ, thái hạt lựu
- 2 chén cải xoăn, xắt nhỏ
- 1 chén đậu xanh nấu chín
- 2 muỗng canh dầu dừa hoặc dầu hạt nho
- 1 củ hành vừa, thái nhỏ
- 1 quả cà chua mận, thái hạt lựu
- 2 tép tỏi lớn
- ½ lon nước cốt dừa + 1 cốc nước
- 2 thìa cà phê hỗn hợp gia vị cà ri
- 2 - 3 muỗng canh gel rêu biển nguyên chất
- 1 thìa cà phê muối
- 1 muỗng canh nước cốt chanh
- 2 muỗng canh rau mùi, cắt nhỏ và nhiều hơn nữa để trang trí
- ớt cayenne hoặc mảnh ớt đỏ

HƯỚNG DẪN:

a) Nấu gạo thơm 2 chén gạo, 3 chén nước và muối cho đến khi mềm và ngấm nước.

b) Đun nóng dầu và nấu hành tây cho đến khi trong suốt.

c) Thêm tỏi, cà chua, muối, hỗn hợp cà ri và hạt tiêu. nấu khoảng 3 phút.

d) Thêm butternut và đậu xanh và khuấy cho đến khi phủ đầy gia vị.

e) Thêm nước cốt dừa và nước. khuấy đều để kết hợp tốt. đậy nắp và đun nhỏ lửa trong 15 phút cho đến khi bí chín. thỉnh thoảng nhìn chằm chằm. thêm nước nếu cần thiết.

f) Thêm cải xoăn, ngò, gel rêu biển, nước cốt chanh và muối. nấu thêm khoảng 10 phút cho đến khi cải xoăn héo nhưng không chín quá.

g) Phục vụ trong bát yêu thích của bạn, và trên cùng với ngò và một chút nước cốt chanh.

62. Súp nấm đậu xanh

THÀNH PHẦN:
- 2 chiếc rễ cây Ashwagandha
- 4 quả chà là đỏ, bỏ hạt
- 4 nấm hạnh nhân khô/tươi
- ½ chén đậu xanh, ngâm
- 7 cốc nước
- Muối Hai phím

HƯỚNG DẪN:
a) Rửa và cắt nhỏ nấm tươi. Nếu dùng nấm khô thì ngâm nấm trong nước khoảng 15 phút. Sau đó cắt nó thành từng miếng.
b) Ngâm đậu xanh trong nước ít nhất 2 giờ. Sau đó, xả nước và để sang một bên.
c) Tiếp theo, cho tất cả nguyên liệu vào nồi. Bật bếp và đun sôi.
d) Đun sôi súp ở lửa vừa đến thấp trong 45 phút.
e) Thêm muối và khuấy đều.
f) Đổ súp vào bát. Ăn nóng.

63. Thịt viên đậu xanh cà ri

THÀNH PHẦN:
- 3 muỗng canh dầu ô liu
- 1 củ hành tây, xắt nhỏ
- 1½ muỗng cà phê bột cà ri nóng hoặc nhẹ
- ½ muỗng cà phê muối
- 1/8 thìa cà phê ớt cayenne xay
- 1 chén đậu xanh nấu chín
- 1 muỗng canh mùi tây tươi xắt nhỏ
- ½ chén bột mì gluten
- 1/3 chén bột hạnh nhân khô không có gia vị

HƯỚNG DẪN:
a) Trong chảo, đun nóng 1 thìa dầu trên lửa vừa.
b) Thêm hành tây, đậy nắp và nấu cho đến khi mềm, 5 phút. Khuấy 1 thìa cà phê bột cà ri, muối và ớt cayenne rồi tắt bếp. Để qua một bên.
c) Trong máy xay thực phẩm, trộn đậu xanh, mùi tây, bột gluten lúa mì, bột hạnh nhân và hành tây nấu chín.
d) Tạo hỗn hợp đậu xanh thành 4 viên thịt bằng nhau và đặt sang một bên.
e) Trong chảo, đun nóng 2 thìa dầu còn lại trên lửa vừa.
f) Thêm thịt viên vào, đậy nắp và nấu cho đến khi vàng nâu cả hai mặt, quay một lần, khoảng 5 phút mỗi mặt.
g) Trong một cái bát, trộn ½ thìa cà phê bột cà ri còn lại với sốt mayonnaise, khuấy đều. hai hỗn hợp.

64. Súp Tortellini

THÀNH PHẦN:

- 1 củ cà rốt, gọt vỏ và xay nhuyễn
- 1 củ hành tây, nạo
- 2 tép tỏi, băm nhỏ
- 2 muỗng canh dầu ô liu
- Cà chua thái hạt lựu lon 15 ounce không thêm muối
- 15 ounce đậu xanh có hàm lượng natri thấp, để ráo nước
- 3 chén nước luộc gà giảm natri
- 1 gói tortellini ba loại phô mai để lạnh 9 ounce
- 1 muỗng cà phê hỗn hợp thảo mộc khô của Ý
- 2 chén rau bina tươi đóng gói nhẹ
- Phô mai Parmesan bào để phục vụ

HƯỚNG DẪN:

a) Kết hợp cà rốt, hành tây, tỏi và dầu ô liu trong 3 qt. bát an toàn với lò vi sóng.

b) Lò vi sóng, không đậy nắp, ở nhiệt độ cao trong 3 phút.

c) Khuấy nước luộc gà, cà chua, đậu xanh, bánh tortellini và hỗn hợp thảo mộc Ý.

d) Đậy chặt bát bằng nắp thủy tinh hoặc màng bọc thực phẩm và nấu ở nhiệt độ cao trong 8 phút.

e) Lấy bát ra khỏi lò vi sóng, cẩn thận mở nắp và cho rau bina vào trộn đều.

f) Để nhẹ khoảng 1 hoặc 2 phút cho rau muống héo.

g) Ăn kèm với phô mai Parmesan nếu muốn.

65. Súp rau bina và củ cải đường

THÀNH PHẦN:

- ½ chén đậu xanh
- 2 chén rau bina; băm nhỏ
- 1 chén đậu thận
- 1 cốc cỏ thì là tươi -hoặc-
- ¼ chén cỏ thì là khô
- 1 cốc đậu lăng
- 4 củ cải đường; gọt vỏ và cắt hạt lựu nhỏ
- 1 củ hành lớn; cắt nhỏ (tối đa hai)
- 2 muỗng canh Bột (tối đa hai)
- 2 xương canh; không bắt buộc
- Hành phi & lá bạc hà khô (để trang trí)
- Muối và hạt tiêu cho vừa ăn
- Dầu để chiên (tối đa hai)
- 8 cốc nước

HƯỚNG DẪN:

a) Ngâm đậu xanh và đậu tây trong 2 giờ hoặc qua đêm. Nấu đậu lăng trong khoảng 2 cốc nước cho đến khi mềm nhưng không nhão rồi để sang một bên.

b) Chiên xương và hành tây trong dầu trong một chiếc ấm lớn. Nêm nếm vừa ăn rồi thêm nước, đậu xanh, đậu thận và củ cải đường. Nấu cho đến khi đậu xanh mềm.

c) Loại bỏ xương và thêm rau bina, thì là và đậu lăng. Thỉnh thoảng khuấy. Trong khi đó, trộn bột mì với một ít dầu rồi thêm vào súp để làm đặc.

d) Đặt súp trên lửa nhỏ và khuấy thường xuyên cho đến khi chín. Múc ra tô và trang trí với hành tây chiên hoặc lá bạc hà khô thêm vào dầu nóng.

66. Đậu xanh hầm Ma-rốc

THÀNH PHẦN:

- 1 muỗng canh dầu ô liu
- 1 củ hành tây, thái hạt lựu
- 2 tép tỏi, băm nhỏ
- 1 củ cà rốt, thái hạt lựu
- 1 quả ớt chuông đỏ, thái hạt lựu
- 1 thìa cà phê thì là xay
- 1 thìa cà phê rau mùi đất
- ½ muỗng cà phê bột nghệ
- ½ muỗng cà phê quế xay
- 1 lon (14 ounce) cà chua thái hạt lựu
- 2 chén đậu xanh nấu chín (hoặc 1 lon, rửa sạch và để ráo nước)
- 2 chén nước luộc rau ít natri
- Muối và hạt tiêu cho vừa ăn
- Rau mùi tươi hoặc rau mùi tây, cắt nhỏ để trang trí

HƯỚNG DẪN:

a) Trong một nồi lớn, đun nóng dầu ô liu trên lửa vừa. Thêm hành tây, tỏi, cà rốt và ớt chuông đỏ. Nấu cho đến khi rau mềm.

b) Thêm thì là, rau mùi, nghệ và quế vào nồi. Khuấy đều để rau thấm gia vị.

c) Đổ cà chua thái hạt lựu, đậu xanh và nước luộc rau vào. Nêm muối và hạt tiêu cho vừa ăn.

d) Đun sôi nước hầm, sau đó giảm nhiệt và đun nhỏ lửa trong 15-20 phút để các hương vị hòa quyện với nhau.

e) Phục vụ món hầm đậu xanh kiểu Ma-rốc trang trí với ngò tươi hoặc rau mùi tây.

67. Cà ri đậu xanh Ấn Độ

THÀNH PHẦN:

- 2 muỗng canh dầu thực vật
- 1 củ hành tây, thái hạt lựu
- 2 tép tỏi, băm nhỏ
- 1 muỗng canh gừng xay
- 1 thìa cà phê thì là xay
- 1 thìa cà phê rau mùi đất
- $\frac{1}{2}$ thìa cà phê bột nghệ
- $\frac{1}{2}$ thìa cà phê ớt bột
- $\frac{1}{4}$ muỗng cà phê ớt cayenne (điều chỉnh theo khẩu vị)
- 1 lon (14 ounce) cà chua thái hạt lựu
- 2 lon (mỗi 14 ounce) đậu xanh, rửa sạch và để ráo nước
- $\frac{1}{2}$ cốc nước
- Muối hai chìa khóa
- Rau mùi tươi, cắt nhỏ để trang trí

HƯỚNG DẪN:

a) Đun nóng dầu thực vật trong chảo lớn trên lửa vừa. Thêm hành, tỏi và gừng. Nấu cho đến khi hành tây trong suốt.

b) Thêm thì là xay, rau mùi xay, nghệ, ớt bột và ớt cayenne vào chảo. Khuấy đều để hành và gia vị ngấm đều.

c) Đổ cà chua thái hạt lựu, đậu xanh và nước vào. Nêm muối cho vừa ăn.

d) Đun hỗn hợp trên lửa nhỏ và nấu trong 15-20 phút, để các hương vị hòa quyện với nhau và nước sốt hơi đặc lại.

e) Dùng nóng cà ri đậu xanh Ấn Độ, trang trí với ngò tươi. Nó kết hợp tốt với cơm hoặc bánh mì naan.

68. Đậu xanh hầm khoai lang

THÀNH PHẦN:

- Đậu xanh 15oz, để ráo nước và rửa sạch
- 2 chén khoai lang, gọt vỏ và thái hạt lựu
- 4 muỗng canh nước luộc rau
- Cà chua nghiền nướng 15oz, 1 lon
- 3 tép tỏi, băm nhỏ
- 1 củ hành tây nhỏ, thái hạt lựu
- 1 thìa cà phê gừng, băm nhỏ
- 3 chén nước luộc rau
- 5oz rau chân vịt tươi
- 1/4 muỗng cà phê rau mùi khô
- 1/8 thìa cà phê ớt cayenne
- 1 muỗng canh ớt bột ngọt
- 1/2 thìa cà phê thì là

HƯỚNG DẪN:

a) Trong nồi lớn hoặc lò nướng, đun nóng nước luộc rau ở lửa vừa. Sau khi nước dùng sôi, nấu hành tây trong 4-5 phút hoặc cho đến khi hành tây trong suốt.

b) Khuấy tỏi và gừng trong ít nhất 2 đến 3 phút. Nấu và thỉnh thoảng khuấy cho đến khi có mùi thơm, sau đó thêm ớt bột ngọt, thì là, rau mùi và ớt cayenne.

c) Cho đậu xanh, khoai lang, cà chua nghiền và nước luộc rau vào nồi đun sôi. Giảm nhiệt xuống mức vừa phải và để khoai lang nấu trong 15-20 phút hoặc cho đến khi mềm.

d) Khuấy rau bina cho đến khi nó mềm. Phục vụ ngay lập tức.

69. Đậu xanh & Farro hầm

THÀNH PHẦN:

- 3 chén đậu xanh nấu chín
- 1/2 chén Farro ngọc trai
- 1 củ cà rốt vừa, thái hạt lựu
- Cà chua lon 14,5oz, thái hạt lựu
- 2 tép tỏi, băm nhỏ
- 3 1/2 chén nước luộc rau
- 4 muỗng canh nước luộc rau
- 1 nhánh hương thảo
- 1 củ hành vừa, thái hạt lựu
- 1 sườn cần tây, thái hạt lựu
- 1/4 thìa cà phê tiêu đen mới xay
- 1/2 thìa cà phê muối
- 1/3 cốc phô mai làm từ thực vật mới xay
- 2 chén lá rau bina non gói nhẹ, thái nhỏ

HƯỚNG DẪN:

a) Trong máy xay sinh tố, kết hợp 1 cốc đậu xanh và $\frac{1}{2}$ cốc nước luộc rau để tạo thành hỗn hợp nhuyễn mịn.

b) Trong nồi, đun nóng nước luộc rau trên lửa vừa. Khi nước dùng sôi, thêm hành tây, cà rốt và cần tây. Nấu trong 6 đến 8 phút, thỉnh thoảng khuấy cho đến khi rau mềm.

c) Nấu tỏi trong một phút. Sau đó, thêm 2 cốc đậu xanh còn lại, 3 cốc nước dùng còn lại, cà chua và nước ép của chúng, hương thảo, muối và hạt tiêu. Khuấy chúng để kết hợp.

d) Đun sôi, sau đó giảm xuống mức vừa phải và nấu trong 15 phút.

e) Tăng nhiệt lên mức trung bình cao và thêm farro.

f) Để súp sôi, sau đó giảm nhiệt xuống mức trung bình thấp và nấu. Thỉnh thoảng khuấy ít nhất 20 phút hoặc cho đến khi món farro mềm.

g) Loại bỏ nhánh hương thảo và khuấy trong rau bina. Nấu thêm ít nhất 1 đến 2 phút, sau đó thêm đậu xanh xay nhuyễn. Phục vụ ngay lập tức.

70. Cà ri Chana hầm từ Trinidad

THÀNH PHẦN:

- 4 chén đậu xanh, ngâm qua đêm
- 1 quả ớt serrano, bỏ hạt và băm nhỏ
- 3 thìa cà phê bột cà ri
- 1 muỗng canh dầu ô liu
- 1 củ hành vàng
- ¼ thìa cà phê methi/cỏ cà ri
- 1¼ cốc nước, chia
- 3 tép tỏi, băm nhỏ
- ½ thìa cà phê bột nghệ
- ½ thìa cà phê thì là
- ½ muỗng cà phê muối
- 2 muỗng canh rau mùi, xắt nhỏ

HƯỚNG DẪN:

a) Luộc đậu xanh trong nước khoảng 1 tiếng rưỡi hoặc cho đến khi đậu mềm.

a) Xả đậu trong khi tiết kiệm chất lỏng nấu.

b) Trong nồi trên lửa vừa cao, đun nóng dầu ô liu.

c) Thêm các lát hành tây và nấu trong 5 phút hoặc cho đến khi trong suốt.

d) Thêm ớt và tỏi serrano vào, nấu thêm 2 đến 3 phút hoặc cho đến khi có mùi thơm.

e) Khuấy bột cà ri, thì là, nghệ và methi trong khoảng 30 giây.

f) Đổ ¼ cốc nước, chất lỏng nấu đậu xanh hoặc nước dùng vào trong khi khuấy hỗn hợp.

g) Thêm đậu xanh đã nấu chín vào và đun nhỏ lửa trong 5 phút ở lửa nhỏ.

h) Mở nắp nồi, thêm muối vào và tiếp tục đun nhỏ lửa thêm 20 phút nữa.

i) Rắc rau mùi lên trên và dùng kèm cơm lứt.

71.Súp súp lơ với lựu

THÀNH PHẦN:
- 3 củ cà rốt vừa, xắt nhỏ
- 3 cọng cần tây vừa, xắt nhỏ
- 3 củ hành tây, xắt nhỏ
- 3 tỏi tây vừa, xắt nhỏ
- 700g khoai tây, gọt vỏ và cắt nhỏ
- 3 muỗng canh dầu ô liu
- 1 đầu tỏi, băm nhỏ
- 3 lá nguyệt quế
- 2 muỗng canh đường muscovado đen
- 1 súp lơ lớn, xắt nhỏ
- 2 hộp đậu xanh 440g
- 3-4 lít nước luộc rau
- 1 muỗng canh Harissa
- Một bó rau mùi tây nhỏ
- Nước ép của 1 quả chanh
- Muối và hạt tiêu đen

GIA VỊ:
- 2 thìa thì là
- 1 muỗng canh rau mùi đất
- 1 muỗng canh ớt bột
- 1 muỗng canh ớt bột xông khói
- 1 thìa cà phê ớt bột
- 1 muỗng cà phê quế xay
- 1 muỗng cà phê hạt nhục đậu khấu

HAI PHỤC VỤ
- Hạt của 1 quả lựu
- Mật lựu

- 1 bó nhỏ rau mùi tươi

HƯỚNG DẪN:

a) Chiên cà rốt, cần tây, hành tây trắng, tỏi tây và khoai tây trong dầu ô liu cho đến khi chúng có một chút màu. Thêm tỏi, lá nguyệt quế, gia vị, đường và đổ mồ hôi cho đến khi gia vị tỏa mùi thơm.

b) Loại bỏ lá và cuống cứng của súp lơ, sau đó cắt nhỏ những phần ăn được và thêm chúng vào nồi súp. Thêm đậu xanh, nước luộc rau và bột harissa nếu dùng và nấu cho đến khi tất cả các loại rau mềm: khoảng 20 phút.

c) Thêm rau mùi tây và nước cốt chanh, dùng máy xay cầm tay hoặc máy chế biến thực phẩm, xay súp cho đến khi đậm đà và mịn. Bạn có thể cần thêm một chút nước kho nếu nó quá dày. Hương vị và nêm muối và hạt tiêu.

d) Khi dùng, múc ra bát và trang trí với một ít hạt lựu, vài giọt mật lựu và lá ngò hái.

72. Súp cải xoong đậu xanh nước hoa hồng

THÀNH PHẦN:

- 2 củ cà rốt vừa (tổng cộng 9 oz / 250 g), cắt thành xúc xắc $\frac{3}{4}$ inch / 2cm
- 3 muỗng canh dầu ô liu
- $2\frac{1}{2}$ muỗng cà phê ras el hanout
- $\frac{1}{2}$ muỗng cà phê quế xay
- $1\frac{1}{2}$ cốc / 240 g đậu xanh nấu chín, tươi hoặc đóng hộp
- 1 củ hành vừa, thái lát mỏng
- $2\frac{1}{2}$ muỗng canh / 15 g gừng tươi gọt vỏ và thái nhỏ
- $2\frac{1}{2}$ cốc / 600 ml nước luộc rau
- 7oz / 200g cải xoong
- $3\frac{1}{2}$ oz / 100 g lá rau bina
- 2 muỗng cà phê đường siêu mịn
- 1 muỗng cà phê nước hoa hồng
- muối
- Sữa chua Hy Lạp, hai phần (tùy chọn)
- Làm nóng lò ở nhiệt độ 425°F/220°C.

HƯỚNG DẪN:

a) Trộn cà rốt với 1 thìa canh dầu ô liu, ras el hanout, quế và một chút muối rồi trải đều trên chảo rang có lót giấy da. Cho vào lò nướng trong 15 phút, sau đó thêm một nửa số đậu xanh vào, khuấy đều và nấu thêm 10 phút nữa cho đến khi cà rốt mềm nhưng vẫn còn vết cắn.

b) Trong khi đó, cho hành tây và gừng vào nồi lớn. Xào với lượng dầu ô liu còn lại khoảng 10 phút trên lửa vừa cho đến khi hành tây mềm và vàng hoàn toàn. Thêm đậu xanh còn lại, nước kho, cải xoong, rau bina, đường và $\frac{3}{4}$ muỗng cà phê muối, khuấy đều và đun sôi. Nấu trong một hoặc hai phút, cho đến khi lá héo.

c) Dùng máy xay thực phẩm hoặc máy xay sinh tố, xay súp cho đến khi mịn. Thêm nước hoa hồng, khuấy đều, nếm thử và thêm muối hoặc nước hoa hồng nếu bạn thích. Đặt sang một bên cho đến khi cà rốt và đậu xanh đã sẵn sàng, sau đó hâm nóng lại để dùng.

d) Để phục vụ, hãy chia súp vào bốn bát và phủ cà rốt nóng và đậu xanh lên trên, nếu bạn thích, khoảng 2 thìa cà phê sữa chua cho mỗi phần.

XA LÁT

73. Salad đậu xanh và đậu phụ đóng hộp

THÀNH PHẦN:
XA LÁT:
- 1 quả dưa chuột lớn, xắt nhỏ
- Hai lon đậu xanh 15 ounce, rửa sạch và để ráo nước
- $\frac{1}{2}$ chén hành đỏ xắt nhỏ
- $\frac{1}{4}$ chén húng quế băm
- $\frac{1}{4}$ cốc cà chua bi cắt đôi (tùy chọn)

ĐẬU PHÔ MAI
- 10 ounce đậu phụ cứng, ép và cắt khối
- $\frac{1}{4}$ cốc nước cốt chanh
- $\frac{1}{2}$ cốc nước
- $\frac{1}{2}$ chén giấm táo
- 1 thìa lá oregano

CÁCH ĂN MẶC:
- 4 thìa nước cốt chanh tươi
- $1\frac{1}{4}$ chén giấm balsamic trắng
- $1\frac{1}{2}$ thìa cà phê mù tạt Dijon
- 2 tép tỏi, băm nhỏ
- 1 muỗng cà phê mùi tây khô
- Muối và hạt tiêu đen cho vừa ăn

HƯỚNG DẪN:
ĐỐI VỚI PHÔ MAI ĐẬU PHỤ
a) Kết hợp nước cốt chanh, giấm táo, nước và lá oregano vào một cái bát.
b) Đặt các khối đậu phụ vào nước ướp và ướp trong ít nhất 4 giờ.

CHO MÓN SALAD
c) Trộn tất cả nguyên liệu salad cùng với phô mai đậu phụ vào tô và đặt sang một bên.

ĐỐI VỚI TRANG PHỤC
d) Cho tất cả nguyên liệu làm nước sốt vào tô và đánh đều cho đến khi trộn đều.

e) Mưa phùn salad và quăng đều.

74. Salad rau xanh và hạt

THÀNH PHẦN:
- 3½ ounce đậu phụ
- 1 nắm lá tên lửa
- 1 bó rau diếp
- 1 nắm rau diếp cừu
- 2 bó rau muống non
- ½ lon đậu xanh
- 1 quả bơ
- 1 nắm hạt và quả hạch
- 6 quả cà chua bi
- ½ quả dưa chuột
- 1 khẩu phần quinoa, nấu chín
- ½ quả ớt xanh hoặc đỏ
- Dầu ô liu
- Chanh vàng
- Muối Himalaya và tiêu đen

HƯỚNG DẪN:
a) Chiên đậu phụ nhẹ trong dầu hạnh nhân.
b) Quăng mọi thứ lại với nhau.

75. Salad couscous & đậu gà

THÀNH PHẦN:
- 1 cốc couscous
- 1 lon đậu xanh, để ráo nước và rửa sạch
- 1 cốc cà chua bi, giảm một nửa
- ½ cốc dưa chuột, thái hạt lựu
- ¼ chén hành đỏ, thái nhỏ
- ¼ chén mùi tây tươi, xắt nhỏ
- 2 muỗng canh dầu ô liu
- 2 thìa nước cốt chanh
- Muối và hạt tiêu cho vừa ăn

HƯỚNG DẪN:
a) Nấu couscous theo hướng dẫn trên bao bì. Xới bằng nĩa và để nguội.

b) Trong một tô lớn, trộn couscous đã nấu chín, đậu xanh, cà chua bi, dưa chuột, hành đỏ và rau mùi tây.

c) Trong một bát nhỏ, trộn dầu ô liu, nước cốt chanh, muối và hạt tiêu.

d) Đổ nước sốt lên hỗn hợp couscous và trộn đều để phủ đều mọi thứ.

e) Nếm thử và điều chỉnh gia vị nếu cần.

f) Gói salad vào hộp cơm trưa và sẵn sàng mang đi.

76. Salad súp lơ và đâu xanh

THÀNH PHẦN:

- 3/4 chén đậu xanh khô, rửa sạch và để ráo nước
- 2 thìa bột cà ri
- 1 đầu súp lơ vừa, cắt thành bông hoa
- 1 1/2 chén nước luộc rau
- 2 tép tỏi, băm nhỏ
- 2 muỗng canh gừng, băm nhỏ
- 1 quả ớt chuông, xắt nhỏ
- 1 củ hành tây, xắt nhỏ
- 2 muỗng cà phê dầu ô liu
- 3 cốc nước
- 1/4 muỗng cà phê muối

HƯỚNG DẪN:

a) Cho đậu xanh và nước vào nồi ăn liền.
b) Đậy nắp nồi và nấu ở nhiệt độ cao trong 45 phút.
c) Để xả áp tự nhiên trong 15 phút sau đó xả áp bằng phương pháp xả nhanh.
d) Xả sạch đậu xanh và cho vào tô.
e) Thêm dầu vào nồi liền và đặt nồi ở chế độ xào.
f) Thêm hành tây và xào trong 3 phút.
g) Thêm ớt chuông và xào trong 3 phút.
h) Thêm tỏi và gừng vào xào trong 30 giây.
i) Thêm súp lơ, nước dùng, đậu xanh, bột cà ri và muối. Khuấy đều.
j) Đậy nắp nồi và nấu ở nhiệt độ cao trong 3 phút.
k) Xả áp bằng phương pháp xả nhanh hơn là mở nắp.
l) Phục vụ và thưởng thức.

77. Salad cá ngừ đậu xanh khói

THÀNH PHẦN:
CÁ NGỪ CHICKĐẬU:
- 15 oz. đậu xanh nấu chín đóng hộp hoặc cách khác.
- 2-3 muỗng canh sữa chua nguyên chất không sữa hoặc sốt mayo thuần chay.
- 2 thìa cà phê mù tạt Dijon.
- 1/2 thìa cà phê thì là xay.
- 1/2 thìa cà phê ớt bột xông khói.
- 1 muỗng canh nước cốt chanh tươi.
- 1 cọng cần tây thái hạt lựu.
- 2 hành lá cắt nhỏ.
- Muối biển cho vừa ăn.

LẮP RÁP SANDWICH:
- 4 miếng bánh mì lúa mạch đen hoặc bánh mì làm từ lúa mì nảy mầm.
- 1 chén rau bina bé.
- 1 quả bơ cắt lát hoặc cắt khối.
- Muối + tiêu.

HƯỚNG DẪN:
a) Chuẩn bị món salad cá ngừ đậu xanh

b) Trong máy xay thực phẩm, xay đậu xanh cho đến khi chúng có kết cấu thô, vụn. Múc đậu xanh vào tô cỡ vừa và cho phần hoạt chất còn lại vào, khuấy đều cho đến khi hòa quyện. Nêm nhiều muối biển theo sở thích của bạn.

c) Làm bánh sandwich của bạn

d) Xếp rau bina non lên từng lát bánh mì; thêm vài đống salad cá ngừ đậu xanh, trải đều. Phủ những lát bơ, vài hạt muối biển và hạt tiêu mới xay lên trên.

78.Salad đậu gà & rau củ tẩm gia vị

THÀNH PHẦN:

- ½ cốc / 100 g đậu xanh khô
- 1 muỗng cà phê baking soda
- 2 quả dưa chuột nhỏ (tổng cộng 10 oz / 280 g)
- 2 quả cà chua lớn (tổng cộng 10½ oz / 300 g)
- 8½ oz / 240 g củ cải
- 1 quả ớt đỏ, bỏ hạt và sườn
- 1 củ hành đỏ nhỏ, bóc vỏ
- ⅔ oz / 20 g lá và thân ngò, thái nhỏ
- ½ oz / 15 g mùi tây lá phẳng, thái nhỏ
- 6 muỗng canh / 90ml dầu ô liu
- vỏ bào của 1 quả chanh, cộng với 2 muỗng canh nước ép
- 1½ muỗng canh giấm sherry
- 1 tép tỏi, nghiền nát
- 1 muỗng cà phê đường siêu mịn
- 1 muỗng cà phê bạch đậu khấu
- 1½ muỗng cà phê hạt tiêu xay
- 1 muỗng cà phê thì là
- Sữa chua Hy Lạp (tùy chọn)
- muối và hạt tiêu đen mới xay

HƯỚNG DẪN:

a) Ngâm đậu xanh khô qua đêm trong tô lớn với nhiều nước lạnh và baking soda. Ngày hôm sau, để ráo nước, cho vào nồi lớn và đổ nước ngập gấp đôi lượng đậu xanh. Đun sôi và đun nhỏ lửa, hớt hết bọt trong khoảng một giờ cho đến khi mềm hoàn toàn thì để ráo nước.

b) Cắt dưa chuột, cà chua, củ cải và hạt tiêu thành xúc xắc ⅔-inch / 1,5cm; cắt hành tây thành xúc xắc ¼-inch / 0,5cm. Trộn tất cả mọi thứ lại với nhau trong một cái bát với ngò và mùi tây.

c) Trong lọ hoặc hộp kín, trộn 5 muỗng canh / 75 ml dầu ô liu, nước cốt chanh và vỏ, giấm, tỏi và đường rồi trộn đều để tạo thành nước sốt, sau đó nêm muối và hạt tiêu cho vừa ăn. Đổ nước sốt lên món salad và đảo nhẹ.

d) Trộn bạch đậu khấu, hạt tiêu, thì là và $\frac{1}{4}$ thìa cà phê muối rồi bày ra đĩa. Trộn vài mẻ đậu xanh đã nấu chín vào hỗn hợp gia vị cho đậu ngấm đều. Đun nóng lượng dầu ô liu còn lại trong chảo trên lửa vừa rồi xào nhẹ đậu xanh trong 2 đến 3 phút, lắc nhẹ chảo để đậu chín đều và không bị dính. Giữ ấm.

e) Chia món salad ra bốn đĩa, xếp thành một vòng tròn lớn và múc đậu xanh đã tẩm gia vị ấm lên trên, giữ cho mép của món salad luôn thông thoáng. Bạn có thể rưới một ít sữa chua Hy Lạp lên trên để làm món salad trở nên béo ngậy.

BÁ PHẬT

79. Bát đậu xanh

THÀNH PHẦN:

- 1/2 chén đậu xanh khô; rửa sạch, ngâm và để ráo nước
- 1/2 muỗng canh. dầu ô liu
- 1/2 củ hành tây; băm nhỏ.
- 1/2 muỗng canh. gừng tươi; băm nhỏ
- 1/2 muỗng canh. tỏi; băm nhỏ
- 1/2 muỗng cà phê. rau mùi đất
- 1 quả cà chua vừa; Thái nhỏ
- 1/2 muỗng cà phê. bột cà ri
- 1/2 muỗng cà phê. thì là xay
- 1/2 cốc nước
- Chút muối
- Tiêu đen mới xay để nếm thử
- 1 muỗng canh. rau mùi tây sạch; băm nhỏ.

HƯỚNG DẪN:

a) Thêm dầu và hành tây vào Instant Pot và chọn chức năng *Xào* để nấu trong 3 phút.
b) Bây giờ thêm tỏi, gừng và gia vị vào nấu thêm 2 phút nữa
c) Cho nước và đậu xanh vào nồi rồi đậy nắp lại
d) Chuyển bếp sang chức năng Manual với áp suất cao và thời gian nấu 20 phút
e) Khi nó được thực hiện; nhả nhanh rồi tháo nắp
f) Rắc chút muối và tiêu đen lên trên rồi trang trí với rau mùi tây. Ăn nóng

80. Bát ăn sáng đậu xanh trộn

THÀNH PHẦN:

- 2 cốc đóng gói (60 g) rau bina non
- 3 thìa canh (45 ml) quả bơ hoặc dầu ô liu nguyên chất, chia đều
- 8 ounce (225 g) súp lơ xay
- Muối Kosher và hạt tiêu đen mới xay
- ½ củ hành vừa, thái hạt lựu
- 1 quả ớt chuông đỏ, bỏ lõi và thái hạt lựu 3 cốc (600 g) hoặc 2 lon (15 ounce hoặc 420 g) đậu xanh, để ráo nước và rửa sạch
- 1 tép tỏi, băm nhỏ
- 2 thìa cà phê (4 g) thì là xay
- 1 thìa cà phê (2 g) rau mùi xay
- 1 thìa cà phê (2 g) nghệ
- 2 quả bơ, gọt vỏ, bỏ hạt và thái lát mỏng
- 1 công thức Sốt Tahini xanh (trang 26)

HƯỚNG DẪN

a) Chia rau bina vào các bát.

b) Đun nóng 1 muỗng canh (15 ml) dầu trong chảo lớn, mặt cao trên lửa vừa. Thêm súp lơ đã xay và nêm muối và hạt tiêu. Nấu, thỉnh thoảng khuấy cho đến khi mềm, khoảng 3 phút. Rưới lên rau bina.

c) Đun nóng 2 thìa canh (30 ml) dầu còn lại trong chảo trên lửa vừa. Thêm hành tây, ớt chuông, muối và hạt tiêu. Nấu, thỉnh thoảng khuấy cho đến khi mềm và có mùi thơm, khoảng 5 phút. Trong khi đó, dùng nĩa nghiền một nửa số đậu xanh. Khuấy toàn bộ và đậu xanh nghiền, tỏi, thì là, rau mùi và nghệ rồi nấu, thỉnh thoảng khuấy cho đến khi mềm, khoảng 3 phút.

d) Để phục vụ, hãy xếp rau bina và súp lơ xay cùng với đậu xanh và bơ. Rưới nước sốt Tahini xanh.

81.Bát đậu xanh Za'atar

THÀNH PHẦN:
- 4 củ cà rốt vừa
- 3 thìa canh (45 ml) quả bơ hoặc dầu ô liu nguyên chất, chia đều
- Muối Kosher và hạt tiêu đen mới xay
- 1 cốc (175 g) quinoa, rửa sạch
- 2 cốc (470 ml) nước
- 2 thìa cà phê (10ml) giấm táo
- 6 cốc (420 g) cải xoăn cắt nhỏ, chia đôi
- ½ củ hành vàng, thái hạt lựu
- 1½ cốc (300 g) hoặc 1 lon (15 ounce hoặc 420 g) đậu xanh, để ráo nước và rửa sạch
- 2 thìa cà phê (4 g) za'atar
- 1 thìa cà phê (2 g) thì là xay
- 2 củ cải, gọt vỏ và thái lát mỏng
- ¾ cốc (180 ml) Sốt Sữa Chua Ngò
- Hạt mè

HƯỚNG DẪN

a) Làm nóng lò ở nhiệt độ 400°F (200°C, hoặc vạch khí 6).

b) Gọt vỏ và cắt cà rốt thành lát dày ¼ inch (6 mm). Trộn 1 thìa canh (15 ml) dầu, muối và tiêu rồi xếp thành từng lớp trên khay nướng có viền. Nướng cho đến khi mềm và chín vàng xung quanh các cạnh, khoảng 20 phút, lật nửa chừng.

c) Trong khi đó, trộn quinoa, nước và một chút muối vào nồi vừa. Đun sôi, sau đó giảm nhiệt xuống thấp, đậy nắp và đun nhỏ lửa cho đến khi mềm, khoảng 15 phút. Tắt bếp, cho giấm và 2 cốc (140 g) cải xoăn vào khuấy đều rồi đậy nắp đun trong khoảng 5 phút.

d) Trong khi đó, đun nóng 2 thìa canh (30 ml) dầu còn lại trong chảo lớn trên lửa vừa. Thêm hành tây và nấu, thỉnh thoảng khuấy cho đến khi mềm. Khuấy đậu xanh, za'atar, thì là, muối và hạt tiêu. Nấu, thỉnh thoảng khuấy đều cho đến khi đậu xanh nóng và có mùi thơm, khoảng 5 phút.

e) Để phục vụ, chia quinoa vào các bát. Phủ đậu xanh, cà rốt, 4 cốc cải xoăn còn lại (280 g) và củ cải thái lát lên trên. Rưới nước sốt sữa chua ngò và rắc hạt vừng.

82. Bát điên Falafel súp lơ

THÀNH PHẦN:
- 3 cốc hoặc 2 lon (15 ounce hoặc 420 g) đậu xanh, để ráo nước và rửa sạch
- 1 củ hành đỏ nhỏ, xắt nhỏ
- 2 tép tỏi
- 2 thìa canh (30 ml) nước cốt chanh mới vắt
- ½ cốc đóng gói (24 g) lá mùi tây tươi
- ½ cốc đóng gói (8 g) lá ngò tươi
- 2 thìa cà phê (4 g) thì là xay
- 1 thìa cà phê (2 g) rau mùi xay
- ⅛ thìa cà phê ớt cayenne
- Muối Kosher và hạt tiêu đen mới xay
- 3 thìa canh (24 g) bột mì đa dụng
- 1 thìa cà phê (5 g) bột nở
- 1 muỗng canh (15 ml) quả bơ hoặc dầu ô liu nguyên chất
- 16 ounce (455 g) súp lơ xay
- 2 thìa cà phê (4 g) za'atar
- 2 cốc đóng gói (40 g) rau arugula
- 1 quả ớt chuông đỏ vừa, bỏ lõi và cắt nhỏ
- 2 quả bơ, gọt vỏ, bỏ hạt và thái hạt lựu
- Bắp cải đỏ hoặc dưa cải bắp
- hummus

HƯỚNG DẪN

a) Nếu sử dụng đậu khô, hãy cho đậu xanh vào tô vừa và ngập nước ít nhất 1 inch (2,5 cm). Để chúng ngồi, không đậy nắp, ở nhiệt độ phòng trong 24 giờ.

b) Làm nóng lò ở nhiệt độ 375°F (190°C, hoặc vạch khí 5).

c) Cho đậu xanh đã ráo nước, hành tây, tỏi, nước cốt chanh, rau mùi tây, ngò, thì là, rau mùi, ớt cayenne, 1 thìa cà phê (6 g) muối và ¼ thìa cà phê tiêu vào tô của máy xay thực phẩm. Xung khoảng 10 lần cho đến khi đậu xanh được cắt nhỏ. Cạo các cạnh của bát xuống, thêm bột mì và bột nở vào rồi trộn đều cho đến khi hỗn hợp hòa quyện.

d) Múc khoảng 2 thìa hỗn hợp và vo tròn trong lòng bàn tay. Chuyển sang khay nướng đã phết một ít dầu mỡ và dùng thìa dàn phẳng thành đĩa dày $\frac{1}{2}$ inch (1,3 cm). Lặp lại với phần còn lại của hỗn hợp.

e) Nướng món falafel cho đến khi chín và mềm, từ 25 đến 30 phút, lật một nửa thời gian.

f) Đun nóng dầu trong chảo lớn trên lửa vừa. Thêm súp lơ trắng, za'atar, muối và hạt tiêu vào rồi khuấy đều. Nấu, thỉnh thoảng khuấy cho đến khi súp lơ hơi mềm, khoảng 3 phút.

g) Để phục vụ, hãy chia cơm súp lơ và rau arugula vào các bát. Phủ lên trên miếng chả falafel, ớt chuông, quả bơ, dưa cải bắp và một muỗng sốt hummus.

83. Bát đậu xanh và Bulgur Herbed

THÀNH PHẦN:

- 1½ cốc (300 g) hoặc 1 lon (15 ounce hoặc 420 g) đậu xanh, để ráo nước và rửa sạch
- 1 muỗng canh (15 ml) quả bơ hoặc dầu ô liu nguyên chất
- ¼ cốc (40 g) hành tím thái hạt lựu
- 2 thìa canh (6 g) mùi tây thái nhỏ
- 1 thìa canh (1 g) ngò thái nhỏ
- ½ thìa cà phê cây thù du
- Muối Kosher và hạt tiêu đen mới xay
- ¾ cốc (125 g) bulgur
- 1½ cốc (355 ml) nước
- 2 cốc đóng gói (40 g) rau arugula
- 2 thìa cà phê (10ml) giấm táo
- ½ đầu bông cải xanh, cắt thành bông hoa nhỏ
- 2 cốc (140 g) bắp cải đỏ thái nhỏ
- 2 quả bơ, gọt vỏ, bỏ hạt và thái lát mỏng
- ¾ cốc (180 ml) Ớt nướng
- Nước xốt

HƯỚNG DẪN

a) Thêm đậu xanh, dầu, hành tây, rau thơm, cây thù du, muối và hạt tiêu vào tô vừa rồi khuấy đều. Đặt sang một bên để ướp trong khi chuẩn bị phần còn lại của bát.

b) Kết hợp bulgur, nước và một chút muối vào nồi vừa. Đun sôi, sau đó đậy nắp, giảm nhiệt xuống thấp và đun nhỏ lửa cho đến khi mềm, khoảng 10 đến 15 phút. Tắt bếp và khuấy đều rau arugula và giấm.

c) Trong khi đó, hấp bông cải xanh.

d) Để phục vụ, chia bulgur và bắp cải vào các bát. Phủ đậu xanh, bông cải xanh, quả bơ và sốt ớt đỏ nướng lên trên.

84. Bát bí đỏ và cải xoăn

THÀNH PHẦN:

- ½ cốc (82 g) viên trân châu
- 1¼ cốc (295 ml) nước
- Muối Kosher và hạt tiêu đen mới xay
- 1 quả bí ngô nhỏ, gọt vỏ và cắt thành dùi cui dày ½ inch (1,3 cm)
- 1 pound (455 g) cải Brussels, cắt nhỏ và cắt đôi
- 2 thìa canh (30 ml) bơ, dầu dừa hoặc dầu ô liu nguyên chất
- 3 cốc (360 g) cải xoăn hấp
- 1 cốc (40 g) radicchio cắt nhỏ
- 1 quả táo cứng, bỏ lõi và thái hạt lựu
- Đậu xanh giòn
- 1 công thức Sốt Tahini lá phong cay

HƯỚNG DẪN

a) Làm nóng lò ở nhiệt độ 425°F (220°C, hoặc vạch khí 7).

b) Thêm farro, nước và một chút muối vào nồi vừa. Đun sôi, sau đó giảm nhiệt xuống thấp, đậy nắp và đun nhỏ lửa cho đến khi món farro mềm và nhai nhẹ, khoảng 30 phút.

c) Trong khi đó, trộn bí và cải Brussels với dầu, muối và tiêu. Trải thành một lớp duy nhất trên khay nướng có viền. Nướng cho đến khi bí mềm và cải Brussels có màu nâu vàng và giòn, khoảng 20 phút, khuấy đều một lần giữa chừng.

d) Để phục vụ, chia cải xoăn vào các bát. Phủ bí, cải Brussels, farro, radicchio và táo lên trên. Rắc đậu xanh giòn và rưới sốt Tahini phong cay.

85. Bát đậu xanh Masala

THÀNH PHẦN:

- 1 súp lơ đầu nhỏ, cắt thành bông hoa
- 3 củ cà rốt vừa, gọt vỏ và cắt thành lát dày ¼ inch (6 mm) 4 thìa canh (60 ml) quả bơ hoặc dầu ô liu nguyên chất, chia thành nhiều phần
- Muối Kosher và hạt tiêu đen mới xay
- 1 củ hành tây nhỏ, thái hạt lựu
- 2 tép tỏi, băm nhỏ
- 1 thìa canh (6 g) gừng tươi bào mịn
- 1 quả ớt Serrano nhỏ, bỏ hạt và thái hạt lựu (tùy chọn)
- 2 thìa cà phê (4 g) garam masala
- 1 thìa cà phê (2 g) rau mùi xay
- ½ muỗng cà phê bột nghệ
- 1 lon cà chua thái hạt lựu (14 ounce hoặc 392 g)
- 1½ cốc (300 g) hoặc 1 lon (15 ounce hoặc 420 g) đậu xanh, để ráo nước và rửa sạch
- ½ cốc (90 g) hạt kê
- 1¼ cốc (295 ml) nước
- 4 cốc (280 g) củ cải Thụy Sĩ cắt nhỏ
- 1 công thức sốt sữa chua ngò

HƯỚNG DẪN

a) Làm nóng lò ở nhiệt độ 400°F (200°C, hoặc vạch khí 6).

b) Trộn súp lơ và cà rốt với 2 thìa canh (30 ml) dầu, muối và tiêu. Trải một lớp đều trên khay nướng có viền. Nướng trong 20 phút, khuấy nửa chừng một lần.

c) Đun nóng 1 muỗng canh (15 ml) dầu trong chảo lớn trên lửa vừa. Thêm hành tây, nêm muối và hạt tiêu rồi nấu, thỉnh thoảng khuấy cho đến khi mềm, khoảng 5 phút. Thêm tỏi, gừng, ớt Serrano (nếu dùng), garam masala, rau mùi và nghệ, rồi khuấy đều. Nấu cho đến khi có mùi thơm, khoảng 2 phút. Khuấy cà chua, đậu xanh và một chút muối và hạt tiêu. Đun sôi, sau đó giảm nhiệt và đun nhỏ lửa trong 15 phút, thỉnh thoảng khuấy. Trong khi đó, chuẩn bị kê.

d) Cho hạt kê vào một cái chảo lớn, khô và nướng trên lửa vừa cho đến khi có màu vàng nâu, từ 4 đến 5 phút. Đổ nước vào và một chút muối. Lúc đầu nước sẽ sủi bọt nhưng sẽ lắng xuống nhanh chóng. Đun sôi. Giảm nhiệt xuống thấp, đậy nắp và đun nhỏ lửa cho đến khi hấp thụ phần lớn nước, khoảng 15 phút. Tắt bếp và hấp trong nồi trong 5 phút.

e) Đun nóng 1 muỗng canh (15 ml) dầu còn lại trong chảo trên lửa vừa. Thêm củ cải vào, nêm nhẹ muối và hạt tiêu rồi trộn đều với dầu. Nấu cho đến khi mềm, từ 3 đến 5 phút.

f) Để phục vụ, chia hạt kê và củ cải vào các bát. Phủ đậu xanh và cà chua, súp lơ nướng và cà rốt lên trên.

86. Bát đậu xanh có gia vị Ma-rốc

THÀNH PHẦN:
- 3 thìa canh (45 ml) quả bơ hoặc dầu ô liu nguyên chất, chia đều
- ½ củ hành vừa, thái hạt lựu
- 2 tép tỏi, băm nhỏ
- 2 thìa cà phê (4 g) harissa
- 1 thìa cà phê (5 g) bột cà chua
- 2 thìa cà phê (4 g) thì là xay
- 1 thìa cà phê (2 g) ớt bột
- ½ muỗng cà phê quế xay
- Muối Kosher và hạt tiêu đen mới xay
- 2 cốc (400 g) đậu xanh, để ráo nước
- 1 lon cà chua thái hạt lựu (14 ounce hoặc 392 g)
- ¾ cốc (125 g) bulgur
- 1½ cốc (355 ml) nước
- 8 cốc đóng gói (560 g) cải xoăn cắt nhỏ
- 2 quả bơ, gọt vỏ, bỏ hạt và thái lát mỏng
- 4 quả trứng luộc
- 1 công thức sốt sữa chua bạc hà

HƯỚNG DẪN

a) Đun nóng 2 thìa canh (30 ml) dầu trong chảo trên lửa vừa cho đến khi sủi bọt. Thêm hành tây và nấu, thỉnh thoảng khuấy cho đến khi mềm và thơm, khoảng 5 phút. Khuấy tỏi, harissa, tương cà chua, thì là, ớt bột, quế, muối và tiêu rồi nấu trong 2 phút. Khuấy đậu xanh và cà chua. Đun sôi, sau đó giảm nhiệt xuống thấp và đun nhỏ lửa trong 20 phút. Trong khi đó, chuẩn bị bulgur.

b) Kết hợp bulgur, nước và một chút muối vào nồi vừa. Đun sôi. Giảm nhiệt xuống thấp, đậy nắp và đun nhỏ lửa cho đến khi mềm, từ 10 đến 15 phút.

c) Đun nóng 1 muỗng canh (15 ml) dầu còn lại trong chảo trên lửa vừa cho đến khi sủi bọt. Thêm cải xoăn và nêm muối. Nấu, thỉnh thoảng khuấy cho đến khi mềm và héo, khoảng 5 phút.

d) Để phục vụ, hãy chia bulgur vào các bát. Phủ đậu xanh và cà chua, cải xoăn, quả bơ và một quả trứng lên trên. Rưới nước sốt sữa chua bạc hà.

87. Bát Falafel củ cải đường

THÀNH PHẦN:

- 3 cốc (600 g) hoặc 2 lon (15 ounce hoặc 420 g) đậu xanh, để ráo nước và rửa sạch
- 1 củ hành đỏ nhỏ, xắt nhỏ
- $\frac{1}{2}$ cốc đóng gói (24 g) lá mùi tây tươi
- $\frac{1}{2}$ cốc đóng gói (24 g) lá ngò tươi
- 2 thìa canh (30 ml) nước cốt chanh mới vắt
- 2 tép tỏi
- 2 thìa cà phê (4 g) thì là xay
- 1 thìa cà phê (2 g) rau mùi xay
- $1/8$ thìa cà phê ớt cayenne
- Muối Kosher và hạt tiêu đen mới xay
- 3 thìa canh (24 g) bột mì đa dụng
- 1 thìa cà phê (2 g) bột nở
- 8 củ cà rốt baby (5 inch hoặc 13 cm), vẫn còn cuống
- 1 muỗng canh (15 ml) quả bơ hoặc dầu ô liu nguyên chất
- 16 ounce (455 g) mì củ cải xoắn ốc
- 2 cốc đóng gói (140 g) thái nhỏ
- Cải xoăn Tuscan
- $\frac{1}{2}$ quả dưa chuột Anh, xắt nhỏ
- 1 công thức Bơ Xanh Nữ Thần
- Cách ăn mặc

HƯỚNG DẪN

a) Nếu sử dụng đậu khô, hãy cho đậu xanh vào tô vừa và ngập nước ít nhất 1 inch (2,5 cm). Để chúng ngồi, không đậy nắp, ở nhiệt độ phòng trong 24 giờ.

b) Làm nóng lò ở nhiệt độ 375°F (190°C, hoặc vạch khí 5).

c) Cho đậu xanh đã ráo nước, hành tây, mùi tây, ngò, nước cốt chanh, tỏi, thì là, rau mùi, ớt cayenne, 1 thìa cà phê (6 g) muối và $\frac{1}{4}$ thìa cà phê tiêu vào tô của máy xay thực phẩm. Xung khoảng 10 lần cho đến khi đậu xanh được cắt nhỏ. Cạo các cạnh của bát xuống, thêm bột mì và bột nở vào rồi trộn đều cho đến khi hỗn hợp hòa quyện.

d) Múc khoảng 2 thìa canh (30 g) hỗn hợp và vo tròn trong lòng bàn tay. Chuyển sang khay nướng đã phết một ít dầu mỡ và dùng thìa dàn phẳng thành đĩa dày $\frac{1}{2}$ inch (1,3 cm). Lặp lại với phần còn lại của hỗn hợp.

e) Nướng món falafel cho đến khi chín và mềm, từ 25 đến 30 phút, lật một nửa thời gian.

f) Cắt cà rốt làm đôi theo chiều dọc. Trộn dầu, muối và hạt tiêu rồi xếp thành một lớp duy nhất trên khay nướng có viền. Nấu cho đến khi mềm, khoảng 20 phút.

g) Để phục vụ, chia mì củ cải và cải xoăn vào các bát. Phủ lên trên những miếng chả falafel, cà rốt nướng và dưa chuột, sau đó rưới sốt Avocado Green Goddess Dressing.

88. Bát gà Harissa

THÀNH PHẦN:
- 1 pound (455 g) ức gà không xương, không da, cắt thành 1 inch
- (2,5 cm) hình khối
- 1 thìa cà phê (2 g) thì là xay
- 1 thìa cà phê (2 g) rau mùi xay
- ½ thìa cà phê bạch đậu khấu xay
- Muối Kosher và hạt tiêu đen mới xay
- 2 quả bí xanh vừa, cắt thành từng khoanh dày ½ inch (1,3 cm)
- 3 thìa canh (45 ml) quả bơ hoặc dầu ô liu nguyên chất, chia đều
- ¾ cốc (125 g) freekeh nứt
- 2 cốc (470 ml) nước
- 1 thìa canh (6 g) cộng thêm 1 thìa cà phê
- (2 g) harissa, chia
- 2 cốc (300 g) cà chua bi
- ½ cốc (120 ml) nước luộc gà
- 2 cốc (140 g) củ cải Thụy Sĩ cắt nhỏ 1 củ thì là vừa, cắt nhỏ và thái lát mỏng
- 1½ cốc (300 g) hoặc 1 lon (15 ounce hoặc 420 g) đậu xanh, để ráo nước và rửa sạch
- 1 công thức sốt kem bạc hà Feta

HƯỚNG DẪN

a) Làm nóng lò ở nhiệt độ 400°F (200°C, hoặc vạch khí 6).

b) 2 Cho gà vào tô lớn cùng với thì là, rau mùi, bạch đậu khấu, muối và tiêu. Đảo cho đến khi gà được phủ đều; đặt sang một bên trong khi bạn chuẩn bị rau và freekeh.

c) Trộn bí xanh với 1 thìa canh (15 ml) dầu, muối và tiêu. Trải thành một lớp duy nhất trên khay nướng có viền. Nướng trong 20 phút, lật nửa chừng.

d) Trong khi đó, trộn freekeh, nước và một chút muối vào nồi vừa. Đun sôi, sau đó giảm nhiệt xuống thấp, đậy nắp và đun nhỏ lửa trong 15 phút, thỉnh thoảng khuấy cho đến khi tất cả chất lỏng được hấp thụ và freekeh mềm. Tắt bếp và cho 1 thìa canh (15 ml) dầu và 1 thìa cà phê (2 g) harissa vào khuấy đều.

e) Đun nóng 1 muỗng canh (15 ml) dầu còn lại trong chảo lớn trên lửa cao cho đến khi thật nóng nhưng không bốc khói. Thêm thịt gà vào và nướng đều các mặt, từ 1 đến 2 phút mỗi mặt. Khuấy cà chua và nấu cho đến khi chúng bắt đầu nổ, khoảng 2 phút. Thêm 1 thìa canh (6 g) harissa và nước luộc gà còn lại vào, khuấy đều. Đun sôi, sau đó giảm nhiệt xuống thấp và đun nhỏ lửa trong 3 phút.

f) Để phục vụ, hãy chia freekeh và củ cải Thụy Sĩ vào các bát. Phủ thịt gà và cà chua, bí xanh nướng, thì là và đậu xanh lên trên.

g) Rưới nước sốt kem Feta bạc hà.

89. Bát điên Hy Lạp

THÀNH PHẦN:

- 1 cốc (165 g) bulgur
- 2 cốc (470 ml) nước
- Muối Kosher và hạt tiêu đen mới xay
- 1 muỗng canh (15 ml) quả bơ hoặc dầu ô liu nguyên chất
- ½ củ hành đỏ vừa, thái hạt lựu
- 1 tép tỏi, băm nhỏ
- ½ pound (228 g) thịt cừu xay
- 1 thìa cà phê (1 g) lá oregano khô
- 1 thìa cà phê (2 g) rau mùi xay
- ½ thìa cà phê ớt bột
- 1 cốc (200 g) đậu xanh, để ráo nước và rửa sạch
- 3 cốc (165 g) romaine cắt nhỏ hoặc rau trộn
- ½ quả dưa chuột Anh, cắt đôi và thái lát
- 2 quả cà chua mận, xắt nhỏ
- ½ cốc (50 g) ô liu kalamata bỏ hạt
- hummus
- 1 công thức sốt kem Feta

HƯỚNG DẪN

a) Kết hợp bulgur, nước và một chút muối vào nồi vừa. Đun sôi, sau đó giảm nhiệt xuống thấp, đậy nắp và đun nhỏ lửa cho đến khi mềm và hút hết nước, khoảng 10 đến 15 phút.

b) Đun nóng dầu trong chảo vừa trên lửa vừa. Thêm hành tây và tỏi vào xào cho đến khi mềm, khoảng 3 phút. Thêm thịt cừu, nêm muối và hạt tiêu rồi nấu, dùng thìa gỗ bẻ thịt cho đến khi chín vàng trong khoảng 6 đến 8 phút. Khuấy lá oregano, rau mùi, ớt bột và đậu xanh rồi nấu, thỉnh thoảng khuấy cho đến khi gia vị có mùi thơm và đậu xanh được đun nóng trong khoảng 3 phút.

c) Để phục vụ, hãy chia bulgur vào các bát. Phủ hỗn hợp thịt cừu và đậu xanh, rau diếp, dưa chuột, cà chua, ô liu, món hummus và sốt kem Feta.

MÓN TRÁNG MIỆNG

90. Những lát sô cô la đậu xanh

THÀNH PHẦN:
- 400g đậu xanh đóng hộp, rửa sạch, để ráo nước.
- 250g bơ hạnh nhân.
- 70ml siro phong.
- 15ml bột vani.
- 1 nhúm muối.
- 2g bột nở.
- 2g baking soda.
- 40 g sô-cô-la chip thuần chay.

HƯỚNG DẪN:
a) Làm nóng lò ở nhiệt độ 180°C/350°F.
b) Mỡ chảo nướng lớn bằng dầu dừa.
c) Kết hợp đậu xanh, bơ hạnh nhân, xi-rô cây phong, vani, muối, bột nở và baking soda trong máy xay thực phẩm.
d) Xay đến khi mịn. Khuấy một nửa số sô-cô-la chip đã phết bột vào chảo nướng đã chuẩn bị sẵn.
e) Rắc sô-cô-la chip dành riêng.
f) Nướng trong 45-50 phút hoặc cho đến khi cắm tăm vào và thấy tăm sạch.
g) Làm nguội trên giá dây trong 20 phút. Cắt lát và phục vụ.

91. Bánh quy sô cô la đậu xanh

THÀNH PHẦN:
- 1 lon (15 oz) đậu xanh, để ráo nước và rửa sạch
- 1/2 cốc bơ hạnh nhân
- 1/4 cốc si-rô phong
- 1 muỗng cà phê chiết xuất vani
- 1/2 muỗng cà phê bột nở
- 1/4 thìa cà phê muối
- 1/2 cốc sô-cô-la chip

HƯỚNG DẪN:
a) Làm nóng lò ở nhiệt độ 350°F (175°C).
b) Trong máy xay thực phẩm, trộn đậu xanh, bơ hạnh nhân, xi-rô cây phong, chiết xuất vani, bột nở và muối cho đến khi mịn.
c) Khuấy sô cô la chip.
d) Múc từng thìa bột lên khay nướng có lót giấy nến.
e) Nướng trong 12-15 phút hoặc cho đến khi các cạnh có màu vàng nâu.
f) Để bánh nguội trước khi dùng.

92. Đậu xanh

THÀNH PHẦN:
- 1 lon (15 oz) đậu xanh, để ráo nước và rửa sạch
- 1/2 chén bơ hạnh nhân
- 1/3 cốc si-rô phong
- 2 muỗng cà phê chiết xuất vani
- 1/2 muỗng cà phê bột nở
- 1/4 thìa cà phê muối
- 1/2 cốc sô-cô-la chip

HƯỚNG DẪN:
a) Làm nóng lò ở nhiệt độ 350°F (175°C).
b) Trong máy xay thực phẩm, trộn đậu xanh, bơ hạnh nhân, xi-rô cây phong, chiết xuất vani, bột nở và muối cho đến khi mịn.
c) Khuấy sô cô la chip.
d) Đổ bột vào đĩa nướng đã phết mỡ.
e) Nướng trong 20-25 phút hoặc cho đến khi các cạnh có màu nâu vàng và dùng tăm cắm vào giữa thấy tăm sạch sẽ.
f) Để tóc vàng nguội trước khi cắt thành hình vuông.

93. Mousse sô cô la đậu xanh

THÀNH PHẦN:

- 1 lon (15 oz) đậu xanh, để ráo nước và rửa sạch
- 1/4 cốc bột cacao
- 1/4 cốc si-rô phong
- 1 muỗng cà phê chiết xuất vani
- Chút muối
- Topping tùy chọn: kem dừa đánh bông, quả mọng tươi, các loại hạt cắt nhỏ

HƯỚNG DẪN:

a) Trong máy xay thực phẩm, trộn đậu xanh, bột ca cao, xi-rô cây phong, chiết xuất vani và muối cho đến khi mịn.
b) Chuyển hỗn hợp vào ly hoặc bát phục vụ.
c) Làm lạnh ít nhất 2 giờ để thiết lập.
d) Phủ kem dừa đánh bông, quả mọng tươi hoặc các loại hạt cắt nhỏ lên trên trước khi dùng.

94. Ly bơ đậu phộng đậu xanh

THÀNH PHẦN:
- 1 lon (15 oz) đậu xanh, để ráo nước và rửa sạch
- 1/4 cốc bơ đậu phộng
- 2 muỗng canh si-rô phong
- 1/4 chén dầu dừa, đun chảy
- 1/4 cốc bột cacao
- 1 muỗng cà phê chiết xuất vani
- Chút muối

HƯỚNG DẪN:
a) Trong máy xay thực phẩm, trộn đậu xanh, bơ đậu phộng, xi-rô cây phong, dầu dừa, bột ca cao, chiết xuất vani và muối cho đến khi mịn.
b) Lót giấy lót vào khuôn muffin.
c) Múc một lượng nhỏ hỗn hợp vào đáy mỗi cốc muffin, dàn đều.
d) Đặt khuôn bánh muffin vào ngăn đá tủ lạnh khoảng 10 phút để lớp dưới cùng cứng lại.
e) Lấy hộp bánh muffin ra khỏi tủ đông và đổ hỗn hợp còn lại lên lớp dưới cùng, phủ kín hoàn toàn.
f) Cho khuôn muffin vào ngăn đá tủ lạnh khoảng 1-2 tiếng cho đông lại.
g) Sau khi đặt xong, lấy các cốc bơ đậu phộng ra khỏi hộp bánh muffin và bảo quản chúng trong hộp kín trong tủ lạnh.

95.bánh hạnh nhân đậu xanh

THÀNH PHẦN:
- 1 lon (15 oz) đậu xanh, để ráo nước và rửa sạch
- 1/2 cốc bơ hạnh nhân
- 1/3 cốc si-rô phong
- 1/4 cốc bột cacao
- 1 muỗng cà phê chiết xuất vani
- 1/2 muỗng cà phê bột nở
- 1/4 thìa cà phê muối
- 1/2 cốc sô-cô-la chip

HƯỚNG DẪN:
a) Làm nóng lò ở nhiệt độ 350°F (175°C).
b) Trong máy xay thực phẩm, trộn đậu xanh, bơ hạnh nhân, xi-rô cây phong, bột ca cao, chiết xuất vani, bột nở và muối cho đến khi mịn.
c) Khuấy sô cô la chip.
d) Đổ bột vào đĩa nướng đã phết mỡ.
e) Nướng trong 25-30 phút hoặc cho đến khi cắm tăm vào giữa và thấy có vài mẩu vụn ẩm.
f) Để bánh hạnh nhân nguội trước khi cắt thành hình vuông.

96. Bánh hạnh nhân dừa đậu xanh

THÀNH PHẦN:
- 1 lon (15 oz) đậu xanh, để ráo nước và rửa sạch
- 1/2 chén dừa vụn
- 1/4 cốc si-rô phong
- 1 muỗng cà phê chiết xuất vani
- Chút muối
- Tùy chọn: sô cô la tan chảy để làm mưa phùn

HƯỚNG DẪN:
a) Làm nóng lò ở nhiệt độ 350°F (175°C).
b) Trong máy xay thực phẩm, trộn đậu xanh, dừa vụn, xi-rô cây phong, chiết xuất vani và muối cho đến khi mịn.
c) Múc từng phần hỗn hợp có kích thước bằng thìa canh lên khay nướng có lót giấy da.
d) Sử dụng ngón tay của bạn để định hình các phần thành những gò nhỏ.
e) Nướng trong 15-18 phút hoặc cho đến khi các cạnh có màu vàng nâu.
f) Để bánh hạnh nhân nguội trước khi rưới sô cô la tan chảy nếu muốn.

97. Thanh bánh bí ngô đậu xanh

THÀNH PHẦN:

- 1 lon (15 oz) đậu xanh, để ráo nước và rửa sạch
- 1 cốc bí ngô xay nhuyễn
- 1/4 cốc si-rô phong
- 1/4 chén bột dừa
- 1/4 cốc sữa hạnh nhân
- 2 muỗng cà phê gia vị làm bánh bí ngô
- 1 muỗng cà phê chiết xuất vani
- Chút muối
- Topping tùy chọn: kem dừa đánh bông, quế

HƯỚNG DẪN:

a) Làm nóng lò ở nhiệt độ 350°F (175°C).
b) Trong máy xay thực phẩm, trộn đậu xanh, bí ngô xay nhuyễn, xi-rô cây thích, bột dừa, sữa hạnh nhân, gia vị bánh bí ngô, chiết xuất vani và muối cho đến khi mịn.
c) Đổ bột vào đĩa nướng đã phết mỡ.
d) Nướng trong 25-30 phút hoặc cho đến khi chín ở giữa.
e) Để các thanh nguội trước khi cắt thành hình vuông.
f) Ăn kèm với nước cốt dừa đánh bông và rắc quế nếu muốn.

ĐỒ UỐNG

98. Soda Kem Marshmallow Dâu Tây

THÀNH PHẦN:
- 1 shot Blackberry Simple Syrup
- 1 ly Gin
- Nuoc soda
- 1 miếng Marshmallow Fluff lớn

KẸO DÀI LÔNG TƠ
- 1 túi kẹo dẻo Dandies Mini 10 ounce
- Chất lỏng từ 1 lon Đậu xanh
- 1 muỗng cà phê dầu dừa

HƯỚNG DẪN:
a) Đổ đầy đá vào ly. Đổ 1 ngụm xi-rô dâu đen đơn giản và một ngụm rượu gin vào rồi khuấy đều. Đổ đầy soda vào phần còn lại và phủ một ít lông tơ marshmallow lên trên.

KẸO DÀI LÔNG TƠ
b) Trong máy trộn đứng, đánh aquafaba cho đến khi tạo thành các đỉnh mịn trong bánh trứng đường. Trong khi đó, trộn dầu dừa và kẹo dẻo vào một chiếc bát an toàn với lò vi sóng. Trong khoảng thời gian 30 giây, khuấy nhanh giữa mỗi lần, cho vào lò vi sóng cho đến khi kẹo dẻo tan chảy hoàn toàn.

c) Thêm hỗn hợp marshmallow vào máy trộn đứng cùng với meringue và đánh đều cho đến khi mịn.

d) Bảo quản trong hộp kín trong tủ lạnh tối đa 5 ngày.

99. Cà phê Dalgona đậu biếc

THÀNH PHẦN:
- 2 thìa đường
- 2 muỗng canh nước sôi
- Chất lỏng từ lon đậu xanh/aquafaba
- 1 thìa cà phê bột đậu biếc
- 2 cốc sữa yến mạch

HƯỚNG DẪN:
a) Lọc một lon đậu xanh vào tô để tận dụng chất lỏng trong lon.
b) Sử dụng máy trộn điện cầm tay để đánh chúng cho đến khi mịn.
c) Trong khi đó, đun sôi nước rồi đổ hai thìa canh vào tô cùng đường và bột đậu bướm cho tan. Sau khi aquafaba nổi bọt, hãy thêm đường vào tô màu xanh lam.
d) Đánh cho đến khi sủi bọt! Kiên nhẫn.
e) Đổ sữa yến mạch và đá vào hai lọ nhỏ rồi đổ lớp bọt xanh lên trên.
f) Trang trí bằng một số loại hoa ăn được.

100. Cà phê đánh bông Aquafaba

THÀNH PHẦN:
- 2 thìa cà phê hòa tan
- 2 thìa đường
- 2 muỗng canh nước nóng
- 4 muỗng canh aquafaba (nước muối đậu xanh)
- Khối nước đá
- Sữa bạn chọn (loại thường, hạnh nhân, yến mạch, v.v.)

HƯỚNG DẪN:
a) Trong một tô cỡ vừa, trộn cà phê hòa tan, đường và nước nóng.
b) Dùng máy trộn điện hoặc máy đánh trứng, đánh aquafaba trong một bát riêng cho đến khi nổi bọt và bắt đầu tạo thành chóp cứng, tương tự như kem đánh bông.
c) Nhẹ nhàng trộn hỗn hợp cà phê vào aquafaba đã đánh bông cho đến khi hòa quyện.
d) Đổ đầy đá vào ly và đổ sữa lên trên đá.
e) Đổ hỗn hợp cà phê đã đánh bông lên trên sữa.
f) Khuấy nhẹ nhàng để cà phê hòa quyện với sữa trước khi uống.
g) Nhấm nháp và thưởng thức cà phê đánh bông aquafaba thơm ngon và mịn màng của bạn!

PHẦN KẾT LUẬN

Khi cuộc phiêu lưu lấy cảm hứng từ đậu xanh của chúng tôi sắp kết thúc, chúng tôi hy vọng cuốn sách nấu ăn này đã truyền cảm hứng cho bạn để tận dụng tính linh hoạt vượt trội của siêu thực phẩm này và khám phá tiềm năng vô hạn của nó trong chính căn bếp của bạn. Đậu xanh đã được chứng minh là một nguyên liệu vô giá, bổ sung cả dinh dưỡng và hương vị cho vô số món ăn.

Chúng tôi khuyến khích bạn tiếp tục thử nghiệm đậu xanh, điều chỉnh các công thức nấu ăn trong sách dạy nấu ăn này cho phù hợp với khẩu vị và sở thích của bạn. Cho dù bạn thêm chúng vào súp, món hầm, salad hay thậm chí nướng chúng thành những món ăn ngon, đậu xanh đều có khả năng biến những món ăn thông thường thành những trải nghiệm ẩm thực đặc biệt.

Chúng tôi hy vọng cuốn sách nấu ăn này đã mang đến cho bạn sự đánh giá mới về đậu xanh cũng như khả năng nuôi dưỡng cả cơ thể và tâm hồn của chúng. Chia sẻ những sáng tạo của bạn với những người thân yêu, tôn vinh niềm vui khi nấu ăn ngon và bổ dưỡng, đồng thời say sưa khi biết rằng bạn không chỉ nâng cao sức khỏe của bản thân mà còn tạo ra tác động tích cực đến hành tinh.

Cảm ơn bạn đã tham gia cùng chúng tôi trên hành trình đầy đậu xanh này. Chúc căn bếp của bạn luôn tràn ngập hương thơm của các loại gia vị thơm ngon và sự hài lòng của những bữa ăn bổ dưỡng. Chúc bạn nấu ăn vui vẻ và ngon miệng!

www.ingramcontent.com/pod-product-compliance
Lightning Source LLC
Chambersburg PA
CBHW071315110526
44591CB00010B/891